சீருடை

ஆசிரியர் திரைப்படங்கள்

கலகலவகுப்பறை சிவா

SEERUDAI (IN TAMIL)

Kalakala vaguparai Siva

Design: **K.Gunasekaran**

First Published : March, 2018

BOOKS FOR CHILDREN

im print of Bharathi Puthakalayam

7, Elango Salai, Teynampet, Chennai - 600 018

Email: thamizhbooks@gmail.com | www.thamizhbooks.com

தமிழர் தாவரங்களும் பண்பாடும்

கலகல வகுப்பறை சிவா

வடிவமைப்பு: கா. குணசேகரன்

முதல் பதிப்பு: மார்ச், 2018

வெளியீடு:

புக்ஸ் ஃபார் சில்ரன்

பாரதி புத்தகாலயத்தின் ஓர் அங்கம்

7, இளங்கோ சாலை, தேனாம்பேட்டை, சென்னை 600 018

தொலைபேசி : 044 24332424, 24332924, 24356935

விற்பனை உரிமை

விற்பனை நிலையங்கள்

திருவல்லிக்கேணி: *48, தேரடி தெரு* | **பெரம்பூர்:** *52, கூக்ஸ் ரோடு* **வடபழனி:** பேருந்து நிலையம் எதிரில் அடையார் ஆனந்தபவன் மாடியில் **ஈரோடு:** *39, ஸ்டேட் பாங்க் சாலை* | **திண்டுக்கல்:** பேருந்து நிலையம் **நாகை:** *1, ஆரியபத்திரபிள்ளை தெரு* | **திருப்பூர்:** *447, அவினாசி சாலை* **திருவாரூர்:** *35, நேதாஜி சாலை* | **சேலம்:** பாலம் *35, அத்வைத ஆஸ்ரமம் சாலை,* **சேலம்:** *15, வித்யாலயா சாலை* | **கரூர்:** நாரத கானசபா அருகில் *(Near TNGEA - Office)* **அருப்புக்கோட்டை:** *97/33, விருதுநகர் மெயின்ரோடு.* **நெய்வேலி:** சி.ஐ.டி.யூ அலுவலகம், பேருந்து நிலையம் அருகில், | **மதுரை:** *37A, பெரியார் பேருந்து நிலையம்* | **மதுரை:** சர்வோதயா மெயின்ரோடு, | **குன்னூர்:** *N.K.N* வணிகவளாகம் பெட்போர்ட் | **செங்கற்பட்டு:** *1* டி., ஜி.எஸ்.டி சாலை | **விழுப்புரம்:** *26/1,* பவானி தெரு | **திருநெல்வேலி:** *25A,* ராஜேந்திரநகர், **பாளையங்கோட்டை** | **விருதுநகர்:** *131,* கச்சேரி சாலை | **கும்பகோணம்:** ரயில் நிலையம் அருகில் | **வேலூர்:** *S.P. Plaza 264,* பேஸ் *II* , **சத்துவாச்சாரி.** | **தஞ்சாவூர்:** காந்திஜி வணிக வளாகம் காந்திஜி சாலை **விருதாசலம்:** *511H,* ஆலடி ரோடு | **திருச்சி:** வெண்மணி இல்லம், கரூர் புறவழிச்சாலை **பழனி:** பேருந்து நிலையம் | **தேனி:** *12H,* மீனாட்சி அம்மாள் சந்து, இடமால் தெரு **கோவை:** *77,* மசக்காளிபாளையம் ரோடு, பீளமேடு | **தி.மலை:** முத்தம்மாள் நகர், **நாகர்கோவில்:** *699,* கே.பி.ரோடு, ஆர்.வி.புரம், **சிதம்பரம்:** *22A/18B* தேரடி கடைத் தெரு, கீழவீதி அருகில் | **கடலூர்:** *55,* பாஷியம் ரெட்டி தெரு, மஞ்சக்குப்பம்

நினைத்த நூல்கள்... நினைத்த நேரத்தில்...

 9444960935

அச்சு : கணபதி எண்டர்பிரைசஸ், சென்னை - *600 002.*

முன்னோட்டம்

கல்வி, பாடத்திட்டம், பள்ளி குறித்த உரையாடல்கள் இப்போது பரவலாகி வருகின்றன. அதே வேளையில் மதிப்பெண்களுக்காக குழந்தைகள் பல்வேறு அழுத்தங்களுக்கும் ஆளாகி வருகிறார்கள்.

குழந்தைகள் நலனில் அக்கறை கொண்டு கற்பித்தலில் புதிய செயல்பாடுகளை முயற்சி செய்யும் ஆசிரிய ஆசிரியைகள் பரவலாக இருக்கின்றனர். பெரும்பாலான நேரங்களில் இவர்கள் மற்றவர்களின் கேலிக்கும் ஆளாகின்றனர். அது கடுமையான மன அழுத்தத்தை ஏற்படுத்துகிறது. இதிலிருந்து மீண்டு தன்னைத்தானே புத்துணர்வாக்கிக் கொள்வது எப்படி?

கற்பித்தலில், புதிய செயல்பாடுகளில் ஆர்வமிக்க ஆசிரிய ஆசிரியைகள் ஒன்று கூடி விவாதிக்கும் மூன்றாவது களங்கள் வேண்டும் என்பார் பேராசிரியர் ச. மாடசாமி. அதுமாதிரியான வாய்ப்புகள் இப்போது ஆங்காங்கே தென்படுகின்றன. முகநூல் போன்ற சமூக ஊடகங்கள் ஓரளவு உதவினாலும் முழுமையான கலந்துரையாடலுக்கான களமாக அவை இல்லை.

கலகல வகுப்பறை பயிற்சிகளைப் போன்று அரசு சாராமல் சுதந்திரமான கலந்துரையாடல் களங்கள் அவ்வப்போது உருவாகின்றன என்பது வரவேற்கத் தக்க மாற்றம்.

இன்றைய சமூகத்தின் சிறந்த மனிதர்களை உருவாக்க விரும்பும் ஆசிரியர் தன்னைப் புதுப்பித்துக்கொண்டே இருக்கவேண்டியது அவசியம். வாசிப்பு, திரைப்படங்கள் மற்றும் கலந்துரையாடல் ஆகியவையே அதற்கு உதவியாக இருக்கின்றன. கற்றல் மற்றும் கற்பித்தல் சார்ந்த நூல்கள் இப்போது அதிக அளவில் வெளிவருகின்றன என்றாலும் இன்னும் பல்வேறு அனுபவப் பதிவுகள் வெளிவர வேண்டியதும் அவசியம்.

உலகெமங்கும் பள்ளி, ஆசிரியர்-மாணவர் உறவு குறித்த ஏராளமான திரைப்படங்கள் மற்றும் ஆவணப்படங்கள் வெளிவந்துள்ளன. வகுப்பறையில் ஏற்படும் சவால்களை எப்படியெல்லாம் ஆசிரியர் சமாளிக்கிறார்? என்று திரைப்படமாகப் பார்க்கும்போது நம்மாலும் முடியும் என்ற நம்பிக்கை பிறக்கிறது.

இன்றைய இந்தியக் கல்வி பல்வேறு சவால்களைச் சந்திக்கிறது. ஆசிரிய ஆசிரியைகளும் பல்வேறு சவால்களைச் சந்திக்கின்றனர். சமூகம் கெட்டுவிட்டது. மாணவர்களிடையே ஒழுக்கம் குறைந்துவிட்டது, ஆசிரியர்கள் அச்சத்துடனேயே வகுப்பறைக்குள் செல்லவேண்டியுள்ளது. என்பவை போலப் பல்வேறு குற்றச் சாட்டுகளை ஆசிரியர்கள் முன்வைக்கின்றனர். இது போன்ற பல்வேறு குற்றச்சாட்டுகளை சமூகம் ஆசிரியர் மீது சுமத்துகிறது.

இன்று இங்கே ஆசிரியர்கள் சந்திக்கும் பல்வேறு பிரச்சனைகளை இதைவிட வலிமையாகப் பல ஆண்டுகளுக்கு முன்பே உலகின் பல்வேறு பகுதிகளில் சந்தித்திருக்கின்றனர். அவை நூல்களாகவும் திரைப்படங்களாகவும் வெளிவந்துள்ளன. ஏதாவது செய்ய வேண்டும் என்ற ஆர்வம் தோன்றும் அனைவருக்கும் பல்வேறு முன்னுதாரணங்களைத் திரைப்படங்கள் காட்டுகின்றன.

மனம் தளரும் போதெல்லாம் திரைப்படங்களே எனக்கு முதல் மருந்து. குழந்தைகள், ஆசிரியர், கற்றல், கற்பித்தல் குறித்த சில படங்களைப்பற்றிய அறிமுகமே இந்த நூல். திரை விமர்சனம் போன்ற நூலல்ல இது. சில படங்களின் கதையை முழுமையும் சொல்லியிருக்கிறேன். எனது எண்ணங்களையும் இணைத்து எழுதியிருக்கிறேன். படங்களின் கதையைச் சொல்லவே முயன்றிருக்கிறேன்.

எப்போதும் திரைப்படம், வாசிப்பு, ஆசிரியர் சந்திப்புகள் என்று

அலைந்துகொண்டிருக்கும் என்னை இயக்கும் என் இணையர் செந்தாமரை, பிள்ளைகள், பெற்றோர், ஞானத்தந்தை பேராசிரியர் ச. மாடசாமி, இரத்தின விஜயன், சமத்துவக்கல்வி சியாம் சுந்தர், புதுவிழுது சுந்தர், நண்பர்கள், தேடல்மிக்க ஆசிரிய ஆசிரியைகள், மற்றும் எனதன்பு மாணவர்கள் அனைவரையும் நெகிழ்ச்சியோடு நினைத்துக்கொள்கிறேன்.

சிவா,

கலகல வகுப்பறை, மதுரை.

Ganvesh

(2015, Marathi)

ஒன்பதாம் வகுப்பு மாணவர்கள் இருவருக்கிடையே வாய்ச்சண்டை. ஒருவன் மற்றவனிடம், வேணான்டா... அடிச்சிருவேன்! என்று சொல்லச் சொல்ல அவனோ கிக்கிக்கீ! என்று சிரித்தபடியே சொல்லிக்கொண்டிருந்தான். என்னைப்பார்த்ததும் அருகே வந்து, ஐயா, 'இவன் என்னைய கேலிபண்ணிட்டே இருக்கான்' என்று முறையிட்டான். 'இல்லிங்கையா சும்மாதான்' என்றான் மற்றவன். என்னவென்று விசாரித்தேன். தயங்கியபடியே அவன் சொன்னான்,

"ஐயா, என் சட்டை கம்பக்கூட்டுல கிழிஞ்சிருக்கு. கையைத் தூக்கித் தூக்கி அதைக் கிண்டல் பண்றான்" என்று சொன்னவனின் கண்கள் கலங்கத் தொடங்கின. மெதுவாய் இடது கையைத் தூக்கினான். அக்குள் பகுதியில் தையல் பிரிந்து பெரிய கிழிசல்.

டவுசர் கிழிந்திருக்கும் நண்பர்களை தபால்பெட்டி என்று சொன்னதெல்லாம் நினைவுக்கு வந்தது. உங்கள் பள்ளிக்

குழந்தைகளின் சீருடையைக் கவனித்துப்பாருங்கள். ஊக்கும், தையலும் கிழிசலும் நமது கல்விமுறையைக் கேலி செய்துகொண்டிருக்கும். அடிப்படைகளைத் தராமல் அறிவு என்று பேசிக்கொண்டிருக்கிறோமே! என்று நொந்து கொண்டிருக்கிறேன். ஏழை மாணவனின் சீருடை குறித்த மராத்தித் திரைப்படம் 'கன்வேஷ்'.

சுதந்திரதின விழாவில் பேசும் வாய்ப்பு சில மாணவர்களுக்குக் கிடைக்கிறது. மதுவும் அவர்களுள் ஒருவன். விழாவுக்கு அமைச்சர் வருவதால் பேசத் தேர்ந்தெடுக்கப் பட்டவர்கள் புதிய சீருடை அணிந்துதான் வர வேண்டும் என்று ஆசிரியர் கண்டிப்பாகக் கூறுகிறார்.

சிறுவனின் பெற்றோர் செங்கல் சூளையில் கூலிவேலை செய்பவர்கள். மகனின் ஆசையை நிறைவேற்றுவதாக அப்பா வாக்களிக்கிறார். நாளை புதிய சீருடையின் விலையை விசாரித்துவிட்டுப்பிறகு வாங்கித்தருகிறேன் என்று சொல்கிறார்.

மறுநாள் காலை மதுவின் அப்பா செங்கல் சூளை வேலைக்குச் செல்லும் முன் நகரத்திற்கு விலை விசாரிக்கச் செல்கிறார். சீகிரமே அவர் சென்றுவிட்டதால் நகரின் கடைத்தெருவில் எந்தக்கடையும் திறக்கப்படவில்லை. கடைகள் திறக்கும் வரை சுற்றித்திரிந்த அவரைப் போலீசார் சந்தேகத்தின் பேரில் காவல் நிலையம் அழைத்துச் செல்கின்றனர். நகரின் கடைவீதிகளில் அடிக்கடித் திருட்டு நடைபெறுவதால் காவல் ஆய்வாளருக்கு துறைசார்ந்த நெருக்கடிகள். சந்தேகத்தின்பேரில் கைதானவர் குறித்து விசாரிகின்றனர். அவர் செங்கல் சூளையில் வேலை செய்பவர் என்பதை அறிந்து வீட்டுக்கு அனுப்புகின்றனர். அப்போது அந்தப் பெண் காவல் ஆய்வாளர் ஆச்சரியமாகக் கேட்கிறார்,

"பையனுக்குச் சீருடை வாங்குவதற்காக விலை விசாரிக்க வந்தேன்னு சொல்றியே, பள்ளிச்சீருடை வாங்குரத பங்களா கட்டுற மாதிரி சொல்லுறியே!"

மதுவின் அப்பா பதிலேதும் சொல்லாமல் தலைகுனிந்தபடியே காவல் நிலையத்திலிருந்து வெளியேறுகிறார்.

நாள் முழுதும் காவல் நிலையத்தில் கழிந்ததால் சூளையில் அன்றைய வேலைகள் தடைப்படுகின்றன. சூளை உரிமையாளர்

பெரிய ஒப்பந்தமொன்றை இழக்கிறார். அவருக்கும் மதுவின் அப்பாவிற்கும் ஏற்பட்ட வாக்குவாதத்தால் மதுவின் அப்பா செங்கல் சூலை வேலையை இழக்கிறார்.

புதிய சீருடை வாங்க ரூபாய் 200-400 வரை ஆகும் என்பதால் என்ன செய்வதென்று தெரியவில்லை. விவசாயம் செய்யும் நண்பனிடம் சென்று கடன் கேட்கிறார். விவசாயியிடம் பணம் எப்படி இருக்கும்? என்று அந்த நண்பர் அவரின் கஷ்டங்களைக் கூறுகிறார். எங்கும் கடன் கிடைக்காததால் மதுவின் பெற்றோர் நகரில் கட்டிட வேலைக்குச் செல்கின்றனர். மாலையில் கூலியைப் பெற்றபின் புதிய சீருடை வாங்குகின்றனர். எதிர்பாராத விபத்தில் சீருடை களவு போய்விடுகிறது.

மதுவின் தாயாரின் வேண்டுகோளினால் செங்கல் சூளை உரிமையாளரே சிறிது பணம் கொடுக்கிறார். மீண்டும் சூளையில் வேலையும் தருகிறார். பணத்துடன் நகரத்திற்குச் செல்லும் மதுவின் அப்பாவால் அன்றைய கடையடைப்பு காரணமாக சீருடை வாங்க இயலவில்லை. ஒரு தையல்காரரிடம் கேட்கிறார். என்னிடம் சீருடைத் துணி இருக்கிறது. உன் மகனின் வயதைச் சொல் தைத்துத் தருகிறேன் என்கிறார் தையல்காரர். ஒன்பது வயதுப்பையன் என்று சொல்லிவிட்டு அங்கேயே காத்திருக்கிறார் மதுவின் அப்பா.

பசி அதிகமாகவே சாப்பிடச் சென்ற மதுவின் அப்பா திரும்பும்போது கடை பூட்டியிருக்கிறது. அருகே விசாரிக்கிறார். அரசினர் தாங்கும் விடுதியில் அமைச்சர் இருக்கிறார். அமைச்சர் அழைத்ததாகச் சொல்லித் தையல் காரரை அழைத்துச் சென்றனர் என்ற விபரம் அறிந்து அங்கு செல்கிறார். காவலர்கள் தடுக்கின்றனர். வாசலில் காத்திருக்கிறார். மறுநாள் நடைபெறவுள்ள சுதந்திர தினவிழாவில் பள்ளிக்குழந்தைகளுக்கு கொடுக்க இலவச சீருடைகளை ஒருவர் கொண்டுவந்து அமைச்சரின் உதவியாளரிடம் கொடுக்கிறார். அவரிடம் சென்று மதுவின் அப்பா தனது மகனுக்காக ஒரு சீருடை தாருங்கள் என்று கேட்கிறார். நாளைய விழாவில்தான் அமைச்சர் தருவார் என்று சொல்லி அவர் தர மறுக்கிறார்.

சுதந்திர தினத்துக்காக அமைச்சருக்கு புதிய ஆடைகள் தைக்கவேண்டும் என்று தையல்காரரிடம் அமைச்சர் சொல்கிறார். இது எனக்குக் கிடைத்த வாய்ப்பு என்று மகிழ்ந்து அளவுகள் எடுத்துக்கொண்டு தையல்காரர் கடைக்குத் திரும்புகிறார். தையல்

கடைக்குச் செல்லக் கிளம்பும் மதுவின் அப்பா அமைச்சரின் பாதுகாப்புக்காக வந்த காவல் அதிகாரியைப் பார்க்கிறார். சந்தேகத்தின்பேரில் அவரை விசாரித்த காவல் அதிகாரிதான் அவர். அவரிடம்,

"அம்மா, அன்னைக்கு நீங்க கேட்டீங்க. சீருடை வாங்குறது பங்களா கட்டுற மாதிரியான்னு உண்மைதான். அது, அதைவிடக் கஷ்டம்!"

பதிலேதும் சொல்லமுடியாமல் காவல்துறை ஆய்வாளர் திகைத்து நிற்கிறார்.

அமைச்சருக்குத் தைத்தபின்பே மதுவின் சீருடையைத் தைக்கமுடியும் என்று தையல்காரர் சொல்லிவிடுகிறார். அமைச்சரின் துணிகளைத் தைத்துக் கொடுத்தபோது கொடுக்க மறந்துபோன தொப்பியை அமைச்சரின் தங்குமிடத்தில் கொடுக்கச் செல்கிறார் மதுவின் அப்பா. அவர் திரும்புமுன் கடையை அடைத்துவிட்டுச் சென்றுவிடுகிறார் தையல்காரர்.

இரவாகிவிட்டது. எல்லாப்பக்கமும் ஏமாற்றம். தனது நிலையை எண்ணி அழுகையும் கோபமும் கொள்ளும் மதுவின் அப்பாவிற்கு அமைச்சர் தங்குமிடத்தில் 50 புதிய சீருடைகளை ஒருவர் கொடுத்தது நினைவுக்கு வருகிறது. அங்கு செல்கிறார். ரகசியமாக உள்ளே சென்று ஒரு சீருடையைத் திருடுகிறார். யாரோ திருடர்கள் அமைச்சரின் தங்குமிடத்துள் புகுந்துவிட்டனர் என்று காவலர்கள் தேடுகின்றனர். மதுவின் அப்பா தப்பி ஓடும்போது விரட்டிவந்த காவல் ஆய்வாளர் துப்பாக்கியால் சுடுகிறார். காலில் குண்டடிபட்டு மதுவின் அப்பா பிடிபடுகிறார். அவரைப்பார்த்த காவல் ஆய்வாளருக்கு அதிர்ச்சி. மதுவின் அப்பா திருடியது ஒரு சீருடை என்று அறிந்த காவல் ஆய்வாளர் அவரை விட்டுவிடுகிறார்.

பங்களாவில் என்னென்ன திருட்டுப் போயிருக்கிறது என்று விசாரித்துக்கொண்டிருந்த அமைச்சரிடம் ஒரே ஒரு சீருடைதான் திருட்டுப் போனது. அதைத் திருடிய ஏழைத் தந்தையை பிடிக்காமல் விட்டுவிட்டேன். மன்னித்துக்கொள்ளுங்கள் என்று காவல் ஆய்வாளர் கூறுகிறார். மதுவின் அப்பாவை எண்ணி அவர் இரவு முழுதும் வருந்துகிறார்.

சுதந்திர தின விழா. புதிய உடையில் அமைச்சர். புதிய

சீருடையில் காவல் ஆய்வாளர். மதுவின் கிராமமே விழாக்கோலம் பூண்டிருக்கிறது.

புதிய சீருடை அணிந்து பெருமிதத்துடன் மது பேசத் தொடங்குகிறான். பல்வேறு நிகழ்வுகளால் பாதிக்கப்பட்டிருந்த அவனுக்கு பகத்சிங் குறித்துப் பேசவேண்டிய கருத்துகள் மறந்துபோய்விட தனக்குத் தோன்றியபடி பேசத்தொடங்குகிறான்.

"பகத்சிங் சென்று ஆங்கிலேயரிடம் சுதந்திரம் கொடுங்கள் என்று கேட்டார். அவர்களோ நாங்கள் கார், பங்களா என்று வைத்திருக்கும் பணக்காரர்கள். நீங்களோ ஏழைகள். உங்களால் எப்படி நாட்டை ஆள முடியும்? என்று கேட்டனர்"

என்று மது பேசத்தொடங்கியதும் தலைமையாசிரியர் அவனைத் தடுக்க முயல்கிறார். இப்போதுதான் எனக்கு நிறைய விடயங்கள் புரிகின்றன அவன் தொடர்ந்து பேசட்டும் என்று அமைச்சர் சொல்லுகிறார்.

மதுவின் இயல்பான பேச்சு அனைவரையும் கவர்கிறது.

ஏழைச் சிறுவன், காவல் அதிகாரி, அமைச்சர் மூவரும் உடை பற்றிப் பேசுகிறார்கள். சீருடை வர்க்கக் குறியீடாக படம் முழுதும் பல்வேறு நிலைகளில் காட்டப்படுகிறது. சுதந்திர தின விழாவில் மது, பகத்சிங் பற்றிப் பேசும் பேச்சு இன்றைய அரசியலுக்குச் சவுக்கடி.

இலவசங்களை ஒட்டுமொத்தமாகக் குறை சொல்லிவிடுகிறோம். அதில் அத்தியாவசியமானவையும் இருக்கின்றன என்பதை ஏன் உணராமல் போனோம்?

"இதைக்கூடவா வாங்க முடியல!" என்று சொல்லும் ஆசிரியர்களுக்கு 'கன்வேஷ்' மிகச்சிறந்த பாடம்.

Monsieur Lazhar

(2015, Canadian French)

ஏழாம் வகுப்பு ஆங்கிலவழியில் படிக்கும் மாணவன் அவன். ஆறாம் பள்ளியில் சேர வந்த அன்று பார்த்திருக்கிறேன். துடிப்பும் சுறுசுறுப்பும் நிறைந்தவன். அவ்வப்போது கண்ணில் படும்போதெல்லாம் புன்னகைப்பேன். ஏதேனும் சிறிது பேசுவேன்.

ஒருநாள் மதிய இடைவேளையின்போது மைதானத்தில் நின்று கொண்டிருந்தேன். அருகில் சில ஆசிரியர்களும் நின்றுகொண்டிருந்தனர். என்னருகே அவன் வந்தான். லேசாகப் புன்னகைத்துவிட்டு மற்றவர்கள் பேச்சைக் கவனித்துக்கொண்டிருந்தேன். கொஞ்சம் கொஞ்சமாக என்னை நெருங்கியவன் என்னோடு உரசுமளவு நெருங்கிவிட்டான். ஒரு ஆசிரியர், "டேய், என்ன அப்படியே வந்து ஒட்டுற. சார் கிட்டே எப்படி நிக்குறதுன்னு தெரியவேணாம், கொஞ்சம் தள்ளி நில்லு" என்றார். சார் கிட்டே ஒரு செய்தி சொல்லணும் என்றான் அவன். மெதுவாய் அவன் தோளில் கைவைத்து, என்ன?" என்றேன். அப்பா,

செத்துட்டாரு சார். அவன் கண்களில் வழிந்த நீர் என் கண்களில் நிறைந்து நின்றது. அவனை தள்ளி நிற்கச் சொன்ன ஆசிரியரும் மௌனமானார்.

அவனை என்னோடு அணைத்துக்கொண்டேன். என்ன சொல்லிவிட முடியும்? வார்த்தைகளால் சொல்லப்படும் ஆறுதல் என்ன செய்துவிடும்? சில நொடிகள் கழித்து அவனிடம் பேசியபின் வகுப்பறைக்கு அனுப்பினேன். பெருந்துயரின் கொடுஞ்சுமையைத் தாங்க முடியாமல் கலங்கியபடி இருக்கிறேன்.

எத்தனை சூழல்கள். எத்தனை மனநிலைகள். பாடம் சொல்லித்தர மட்டுமா பள்ளி?

அன்பைச் சம்பாதிக்க மதிப்பெண்கள் போதுமா? குழந்தைகளின் குரல்களைக் கேட்கும் காதுகளை உலகெங்கும் நிறைக்கவேண்டும். அன்பு. பேரன்பு! வேறென்ன வேண்டும்?

கனடாவில் உள்ள தொடக்கப்பள்ளி. எங்கும் பனிப்பொழிவு. பள்ளிக்கு வெளியே குழந்தைகள் விளையாடிக்கொண்டிருக்கிறார்கள். சைமன் என்ற சிறுவனும் ஆலிஸ் என்ற சிறுமியும் பேசிக் கொண்டிருக்கிறார்கள்.

சைமன், இன்று வகுப்பிற்குப் பால் பாக்கெட்டுகளை எடுத்துச்செல்வது உனது முறை!

ஆமா, மறந்துட்டேன். இதோ, எடுத்துட்டுப்போறேன்!

பெட்டியில் பால் பாக்கெட்டுகளை எடுத்துக்கொண்டு செல்கிறான் சைமன். அவர்களின் வகுப்பறையில் அவனுக்கு அதிர்ச்சி காத்திருக்கிறது. ஒரு பெண்ணின் உடல் தூக்கில் தொங்கிக்கொண்டு இருக்கிறது. அலறியபடி சைமன் ஓடுகிறான். ஆசிரியைகள் வந்து பள்ளிக்குள் நுழைந்துகொண்டிருந்த அனைத்துக் குழந்தைகளும் அந்த வகுப்பறையின் வாசலை நெருங்க முடியாதபடி வெளியே அனுப்புகிறார்கள். ஆசிரியர்கள் குழந்தைகளை அனுப்பும் வேளையில் அவர்கள் அறியாதபடித் தனது வகுப்பறையின் வாசலை நெருங்கி உள்ளே பார்த்து அதிர்ந்து நிற்கிறாள் ஆலிஸ்.

வகுப்பறையின் உட்புறம் வண்ணம் தீட்டப்படுகிறது. பெற்றோர் கூட்டம். குழந்தைகளுக்கு மனதுள் ஏற்பட்டுள்ள கலக்கத்தையும் பயத்தையும் போக்க மனோதத்துவ நிபுணர்

ஒருவரை நியமித்துள்ளதாக தலைமையாசிரியை கூறுகிறார். அனைத்துக் குழந்தைகளுடனும் பேச ஒருவர் போதுமா? என்று ஒரு தந்தை கேட்கிறார். தேவைப்பட்டால் இன்னொருவரையும் நியமிக்கலாம் என்று தலைமையாசிரியை உறுதியளிக்கிறார்.

இன்னும் புதிய ஆசிரியரை நியமிக்கவில்லை. அந்த வகுப்பை யார் கவனிப்பது? என்று மற்ற ஆசிரியர்களுடன் பேசுகிறார் தலைமையாசிரியர். விளையாட்டு, ஓவியம் என்று இன்றைய நாளைக் கடத்திவிடலாம். வேறு ஆசிரியரைத் தேடி விரைவில் நியமிக்க வேண்டும் என்று தலைமையாசிரியர் கூறுகிறார்.

அன்றைய நாளின் இறுதியில் தலைமையாசிரியரைத் தேடி ஒருவர் வருகிறார். நடுத்தர வயதுத் தோற்றம். தனது பெயர் பஷீர் லாசர் என்று அறிமுகப்படுத்திக்கொள்கிறார்.

உங்கள் பள்ளியில் ஒரு ஆசிரியை தூக்கிட்டுக்கொண்டார் என்ற செய்தியை அறிந்தேன். சூழலைப் பயன்படுத்திக்கொள்ளும் எண்ணம் இல்லை என்றாலும் தற்போது வேலையில்லாமல் இருக்கிறேன். எனது நாடு அல்ஜீரியா. அங்கு ஆசிரியராகப் பல ஆண்டுகள் வேலை செய்திருக்கிறேன். என்று கூறுகிறார். லாசருக்கு ஆசிரியர் வேலை கிடைக்கிறது.

வகுப்பறையில் குழந்தைகள் அரை வட்டமாக அமர்ந்திருக்கின்றனர். ஏன்? இப்படி அமர்ந்திருக்கிறீர்கள்? என்று லாசர் கேட்கிறார். எங்கள் ஆசிரியை இப்படித்தான் உட்காரச் சொல்லியிருக்கிறார். ஒரு சமத்துவம் இருக்கும் என்று குழந்தைகள் சொல்கிறார்கள். அவர்களை வரிசையாக அமர வைக்கிறார் லாசர். எவ்வளவு மாற்றங்களைச் செய்தாலும் குழந்தைகளிடையே இறந்துபோன ஆசிரியை பற்றிய பேச்சு வந்துகொண்டே இருக்கிறது.

வகுப்பறையை மாற்ற முடியுமா? என்று லாசர் தலைமையாசிரியரிடம் கேட்கிறார். வண்ணம், பொருட்களை மாற்றியாச்சு. இனி வேறெதுவும் செய்ய முடியாது என்று தலைமையாசிரியர் கூறுகிறார்.

லாசர் அல்ஜீரியாவில் இருந்து கனடாவுக்கு அகதியாக வந்தவர். உண்மையில் அவரது மனைவிதான் ஆசிரியராக வேலை பார்த்தவர். லாசர் ஓர் உணவு விடுதியை நடத்திவந்தார். லாசரின் மனைவி சிறந்த எழுத்தாளர். தீவிரவாதிகள் குறித்த அவரது நாவல் மக்களிடையே

புகழ்பெறுகிறது. அதனால் கோபம் கொண்ட தீவிரவாதிகள் நடத்திய தாக்குதலில் லாசரின் இரு குழந்தைகளுடன் மனைவியும் இறந்துவிடுகிறார். கனடாவில் லாசரின் குடியேற்ற விண்ணப்பமும் விசாரணையில் இருக்கிறது.

ஆசிரியர் என்று பொய் சொல்லி வேலைக்கு வந்தாலும் குழந்தைகளையும் சக பணியாளர்களையும் தனது சொந்தமாக எண்ணிக்கொண்டு தனது இழப்பைக் கடக்க முயல்கிறார் லாசர்.

மாணவர்களுக்கு மொழிப்பாடம் கற்பிக்கத் தொடங்குகிறார் லாசர்.

எல்லோரும் பென்சில் எடுத்துக்கோங்க. நான் சொல்ற வார்த்தைகளை நோட்டில் எழுதணும். இதேபோல தினசரி கொஞ்ச வார்த்தைகள் டிக்டேசன் போடுவேன்!

டிக்டேசனா! எங்க டீச்சர் இதுமாதிரியெல்லாம் டிக்டேசனே போடமாட்டாங்க.

பரவாயில்லை, நான் உங்களுக்குத் தினமும் இதே போலச் செய்து திருத்தித் தருவேன். என்கிறார் லாசர்.

சைமன் சற்றே சேட்டைக்காரன். ஒரு தாளைக் கசக்கி ஆலிஸ் தலயில் எறிகிறான். பின்னால் நின்று அதைப்பார்த்த லாசர் லேசாக அவன் தலையில் தட்டி அவளிடம் மனிப்புக் கேட்கச் சொல்கிறார். தான் வேண்டுமென்று எறியவில்லை என்று முதலில் மறுத்தாலும் ஆசிரியரின் கட்டளையால் மன்னிப்புக் கேட்கிறான் சைமன். அதை ஏற்றுக்கொண்ட ஆலிஸ், நீங்கள் சைமனின் தலையில் தட்டியதற்கு மன்னிப்புக் கேளுங்கள் என்று ஆசிரியரிடம் சொல்கிறாள். ஆசிரியரும் மன்னிப்புக் கேட்கிறார்.

இதேபோலப் பல காட்சிகளில் தொடக்கப் பள்ளிக் குழந்தைகளுக்கேஉரிய தேடலும் குறும்பும் ஆர்வமும் படமெங்கும் அற்புதமாகக் காட்டப்பட்டுள்ளது.

குழந்தைகளுக்கான செயல்பாடுகளாகப் பல்வேறு வேலைகள் தரப்படுகின்றன. சைமன் வகுப்பறையில் பொருட்களிடையே இருக்கும் ஒழுங்கு குறைவதும் ஒரு வன்முறையே என்று படங்களோடு விவரிக்கிறான். சைமனிடம் ஒரு கேமரா எப்போதும் இருக்கும். ஒளிப்படங்கள் எடுப்பது அவனின் பொழுதுபோக்கு.

சைமனைத் தொடர்ந்து ஆலிஸ் ஒரு கட்டுரை வாசிக்கிறாள். இறந்துபோன ஆசிரியை குறித்த கட்டுரை அது.

எவ்வளவோ செய்திகளை, வாழ்வியல் நெறிகளை, அன்பை எங்களுக்குச் சொல்லித்தந்த நீங்கள் எப்படி எங்களிடம் சொல்லாமல் இறந்துபோகலாம்?

என்ற கேள்வியோடு முடிந்த கட்டுரையை அனைவரும் கண்ணீரோடு கேட்டுக்கொண்டிருக்கின்றனர். தங்கள் ஆசிரியையை குழந்தைகள் மறக்கவில்லை. பல்வேறு நினைவுகளால் அவர்கள் மனம் நொந்திருக்கிறார்கள் என்பதை லாசர் உணர்கிறார்.

லாசர், தலைமயாசிரியையிடம் ஆலிஸின் கட்டுரையைக் காட்டுகிறார். இந்தக் கட்டுரை குழந்தையின் மன வலியைப் பேசுகிறது. இதைப் படியெடுத்து அனைத்துக் குழந்தைகளுக்கும் கொடுக்கலாம். தங்கள் ஆசிரியர் குறித்த நினைவுகளை அவர்கள் பேசித் தீர்த்தால்தான் நல்லது என்றும் கூறுகிறார்.

தலைமையாசிரியர் லாசரின் கோரிக்கையை மறுக்கிறார். அத்தோடு, நீங்கள் குழந்தைகளிடம் நெருங்கிப் பழகுகிறீர்கள். தலையில் தட்டுவது, தொடுவது போன்றவை குற்றங்களாகும். குழந்தைகளுடன் நெருங்கிப் பழகுவதைக் குறைத்துக்கொள்ளுங்கள். இறந்துபோன ஆசிரியை குழந்தைகளிடம் நெருக்கமாகப் பழகுபவர். சைமனைக் கட்டிப்பிடித்து முத்தம் கொடுத்தார் என்ற அவனது குற்றச்சாட்டும் அவரது தற்கொலைக்கு ஒரு காரணம் என்றும் லாசரை எச்சரிக்கை செய்கிறார்.

ஆலிஸின் தாயார் விமானி என்பதால் பெரும்பாலும் ஆலிஸ் தாதியின் பாதுகாப்பில் இருக்கிறாள் என்பதை அறிந்த லாசர் அவளிடம் அன்பாக இருக்கிறார்.

லாசர், ஒருநாள் வகுப்பறையில் சிறு கட்டுரை ஒன்றை வாசித்து அதில் வரும் வார்த்தைகளுக்குப் பொருளைக் குழந்தைகளிடம் கேட்டுக்கொண்டே இருக்கும்போது 'ஜன்னலில் இருந்து வெளியே எறிதல்' என்ற பொருளுடைய வார்த்தை வருகிறது. குழந்தைகளுக்கு அதன் அர்த்தம் தெரியாததால் லாசர் அதை விளக்கிச் சொல்கிறார். திடீரென ஒரு மாணவன், "என் தாத்தா தன்னைத் தானே ஜன்னலில் இருந்து வெளியே எறிந்துகொண்டார்" என்று சொல்கிறான். சிலி நாட்டில் ராணுவத்தால் சித்திரவதைக்குள்ளான அவனது தாத்தா

மாடியிலிருந்து கீழே குதித்து இறந்ததைச் சொல்கிறான். இறப்பு குறித்துத் தொடரும் பேச்சில் ஆலிஸ், தங்கள் ஆசிரியை இறக்க சைமனும் காரணம் என்கிறாள்.

"எங்கள் முன்னாள் ஆசிரியை என்னிடம் தாயைப்போல அன்பு செய்தது எனக்குக் கொஞ்சமும் பிடிக்கலை. சிறப்புக் கவனம் எடுத்து எனக்குப் பாடங்கள் சொல்லித்தந்தாங்க. இந்தக் கேமரா கூட அவங்க தந்ததுதான். என்னைக் கட்டிப் பிடித்தது எனக்குப் பிடிக்கலை. அதனாலதான் கட்டிப்பிடிச்சு முத்தம் குடுத்தாங்கன்னு சொன்னேன். அதுக்காகத்தான் எனக்கு இவ்வளவு பெரிய தண்டனை. அன்னைக்கு நான் தான் பால் வாங்கிட்டு முதல் ஆளா வருவேன்னு தெரிஞ்சுதான் தூக்குப் போட்டுக்கிட்டாங்க. எனக்கு உண்மையிலேயே அவங்களைப் பிடிக்கும். ஆனா நான் எந்தத் தப்பும் பண்ணல". என்று சொல்லி சைமன் கதறி அழுகிறான்.

லாசர், சக ஆசிரியையிடம் வகுப்பாசிரியையின் தற்கொலைக்கான காரணங்களைக் கேட்கிறார். அவர் தனது குடும்பத்தைப் பிரிந்து தனியே இருந்ததால் குழந்தைகள் மீது அதிக அன்பாக இருந்தார். குடும்பக்கவலைதான் காரணமாக இருக்கும். இருந்தாலும் சைமனையும் காரணம் சொல்கிறார்கள் என்று அந்தத் தோழி சொல்கிறார். ஆசிரியையின் தற்கொலைக்குத் தனிமையும் பகிர்தல் இன்மையுமே காரணம் என்று லாசர் அறிகிறார்.

பெரியவர்களைப் போலவே குழந்தைகளிடம் வெளியே சொல்ல முடியாமல் அழுத்தி வைக்கப்பட்ட சோகங்கள் இருக்கின்றன. என்பதை உணர்கிறார் லாசர்.

லாசர் ஆசிரியராக வேலை பார்த்தவர் அல்ல என்ற செய்தி பள்ளி முழுவதும் பரவுகிறது. தலைமையாசிரியர் லாசரை அழைத்து விசாரிக்கிறார். லாசர், தன்னைப்பற்றிய அனைத்து உண்மைகளையும் சொல்கிறார். "

ஆசிரியராக வேலை செய்யும் தகுதி உங்களுக்கு இல்லை. மேலும் நீங்களும் ஆலிஸ் போலச் சில குழந்தைகளிடம் நெருக்கமாகவும் பழுகுகிறீர்கள். எனக்குப் பெற்றோர்கள் மூலம் பிரச்சனைகள் வரும். எனவே இப்போதே நீங்கள் வேலையை விட்டு விலகிச் சென்றுவிடுங்கள்" என்று தலைமையாசிரியர் சொல்கிறார். இன்று ஒருநாள் மட்டும் வகுப்பெடுக்க எனக்கு

அனுமதி தாருங்கள் என்று லாசர் கேட்கிறார். வேலையை விட்டுச் செல்லப்போகிறேன் என்று குழந்தைகளிடம் சொல்லிக் குழப்பம் எதையும் ஏற்படுத்திவிடக்கூடாது என்ற எச்சரிக்கையோடு லாசரை அனுமதிக்கிறார் தலைமையாசிரியர்.

அகதியான தனது கதையைக் குழந்தைகளிடம் சொல்லாமல் இருக்கக்கூடாது என்று முடிவு செய்கிறார் லாசர். நேரடியாகச் சொல்லாமல் காட்டுத்தீயால் தீயால் மரத்தில் கருகிய கூட்டுப்புழுவின் கதையை எழுதி வகுப்பில் வாசிக்கிறார். வகுப்பு முடிந்து குழந்தைகள் அனைவரும் வெளியேறியபின் ஆலிஸ் லாசரின் அருகே வருகிறாள். லாசரை அணைத்துக் கொள்கிறாள்.

கனடிய பிரெஞ்சு மொழிப்படமான *Monsieur Lazhar* – ஆசிரியர் லாசர். 2011 ஆம் ஆண்டில் வெளியானது. பல்வேறு விருதுகளைப் பெற்றது.

குழந்தைகளின் மனதுள் இருக்கும் கவலைகளை, துக்கத்தைப் பகிர்ந்துகொள்ளும் உறவு தேவை என்பதை எளிய காட்சிகளால் வலிமையாகச் சொல்கிறது இப்படம். குழந்தைகள் மட்டுமல்ல பெரியவர்களுக்குள்ளும் இருக்கும் சோகத்தை, உணர்வுகளைப் பகிர்ந்துகொள்ள நம்பிக்கையான உறவுகள் வேண்டும் என்று மனித உறவுகளையும் அன்பையும் அழுத்தமாகச் சொல்வதில் 'ஆசிரியர் லாசர்' முக்கியமான படைப்பாக இருக்கிறது.

Shikshanachya Aaicha Gho

(2010, Marathi)

விளையாட்டு விழா. மாவட்டத் தடகளப் போட்டிகளில் பரிசுகளை வென்று ஒட்டுமொத்தச் சாம்பியன் பட்டத்தையும் வென்றுவந்திருக்கும் மாணவனை மேடையில் அழைத்துத் தலைமையாசிரியர் பாராட்டுகிறார். மாணவர்களும் ஆசிரியர்களும் மகிழ்ச்சிவெள்ளத்தில் கரவொலி எழுப்பி ஆர்ப்பரிக்கின்றனர். எங்கள் பள்ளி மாணவன் மாநில அளவிலும் வெற்றிகளைக் குவிப்பான் என்று எல்லோரின் மனதிலும் பெருமிதம் நிறைகிறது.

சிலநாட்கள் கழித்து ஓர் பெற்றோர் கூட்டம். மாவட்டச் சாம்பியன் தலை குனிந்து நிற்கிறார். அருகே கலங்கிய கண்களோடு அம்மாணவனின் தாய்.

விளையாட்டுல முதலா இருக்கலாம். படிப்புல அதிகம் வேணாம், பாஸாவது ஆக வேண்டாமா? பரீட்சையில பெயிலாயிட்டா வெறும் விளையாட்டு வாழ்க்கைக்கு உதவாது. என்று வகுப்பாசிரியர் சொல்லச்சொல்ல,

"படிப்பாதம்பி...படிப்பாதம்பி!" என்று அந்தத்தாய் தழுதழுக்கக் கூறிக்கொண்டே இருக்கிறார். அம்மாணவனின் தலை குனிந்தபடியே ஆடிக்கொண்டிருகிறது.

ஒவ்வொரு குழந்தையும் தனித்தன்மையானவை. என்று பெருமையாகச் சொல்லிக்கொள்கிறோம். ஆனால் வகுப்பறைகளில் எவ்வாறு கற்பித்தல் நிகழ்கிறது? எல்லோருக்கும் பொதுவான கற்பித்தல் எப்படிச் சாத்தியம்? பெரியவர்களாகத் திட்டமிட்டு பாடப்பொருளை உருவாக்குகிறோம். ஒரு குழந்தையின் தனித்திறனை வளர்க்கப் பள்ளிகளில் என்ன வசதிகள் உள்ளன? கற்பித்தலில் ஆர்வமும் துடிப்பும் மிக்க ஆசிரியர்கள் பல்வேறு கற்பித்தல் முறைகளை முயற்சி செய்து பார்க்கின்றனர். பாடப்புத்தகத்தைத் தாண்டிப் பாடத்திட்டம், கல்விக்கொள்கை ஆகியன என்ன சொல்கின்றன? கல்வி என்றால் என்னவென்று புரிந்துகொண்டுள்ளோம்? கல்வி முறை குறித்து ஏராளமான கேள்விகளை எழுப்பவேண்டியுள்ளது.

இந்தியக் குழந்தைகள் போன ஜென்மத்துல நிச்சயமா கொடுமையான பாவம் செஞ்சிருக்காங்க. அதனாலதான் குழந்தைப்பருவத்துல சிறைத்தண்டனையை பள்ளியில் அனுபவிக்கிறாங்க. உடலால் மனதால் குழந்தைகள் அனுபவிக்கும் அழுத்தத்துக்கு முன்னாடி உலகின் சகலவிதமான தண்டனைகளும் ஒண்ணுமில்லாம ஆகிடும். என்ற முன்னோட்டத்துடன் மராத்தி மொழியில் வெளியான படம் *Shikshanachya Aaicha Gho!*. கேவலமான கல்விமுறை என்று அர்த்தம் கொள்ளலாம்.

மும்பை நகரச் சாலைகளில் விரைகிறது ஒரு ஆம்புலன்ஸ். 'எப்பல்லாம் ஆம்புலன்ஸ் சத்தம் கேக்குதோ என் இதயத்துடிப்புல ஒண்ணு குறையும்' என்று ஒலிக்கிறது குரல்.

ஆம்புலன்சிலிருந்து ஒரு சிறுவனை அறுவைசிகிச்சை அறைக்குக் கொண்டு செல்கிறார்கள். உடன் படபடப்புடன் சிறு கூட்டம்.

"சில மாதங்களுக்கு முன், இதே மருத்துவமனையில் உயிருக்காகப் போராடிக் கொண்டிருந்தான் எனது மகன். அவன் நிலையில் இதுவரை மாற்றம் ஏதுமில்லை என்றாலும் உயிரோடு இருக்கிறான் என்பதே ஆறுதல். இன்று முக்கியமான நாள். அறுவைசிகிச்சைக்காக ஆவலுடன் காத்திருக்கிறோம். அவன்

பழைய நிலைக்குத் திரும்பப் பிரார்த்தனை செய்துகொண்டிருக்கிறோம்". தொடர்கிறது அந்த நடுத்தர வயது ஆணின் குரல்.

ஒராண்டுக்கு முன்....

மும்பையின் நெரிசலான அடுக்கு வீடுகள். சிறுமிகள் விளையாடிக் கொண்டிருக்கிறார்கள். நொண்டியபடியே வருகிறான் ஒரு சிறுவன். அவனைப்பார்த்ததும் ஒரு சிறுமி ஆவலோடு ஓடிவருகிறாள்,

அண்ணா, என்ன ஆச்சு?

148 நாட் அவுட். நாளைக்கு 200 எடுத்துருவேன்.

அப்பா! என்று கத்திக்கொண்டே மகிழ்ச்சியோடு ஓடி மாடியேறுகிறாள் சிறுமி.

ஏன் இப்படி ஓடிவர்ற? பயந்தே போயிட்டேன். என்று அப்பா கேட்க,

அண்ணா இன்னைக்கு செஞ்சுரி அடிச்சுட்டான், நாட் அவுட். நாளைக்கு டபுள் செஞ்சுரி.

ஆமா, இதைப் போயி மளிகைக் கடைக்காரரிடம் சொல்லு. அவர் ஏதாவது தள்ளுபடி தருவாரா?

அப்பா, உங்களுக்குத் திறமையைப் பாராட்டவே தெரியல.

ஆமா, நூறு ரன் வயித்தை நிரப்புமா? அப்படி நடந்தா மும்பைல ஒரு வயிறு கூடப் பசியோட இருக்காது.

அப்பா, இப்படியெல்லாம் பேசாதீங்க.

விடு, துர்கா. கிரிக்கெட்டுன்னு ஒழுங்கா உச்சரிக்கத் தெரியாதவர்கிட்டப் போயி பேசிக்கிட்டு! என்றபடியே உள்ளே வருகிறான் சிறுவன்.

அதைக்கேட்டுக் கோபமுடன் வந்து அவன் தலையில் தட்டி, டேய்! படிப்புல உன் திறமை என்னன்னு இங்க எல்லாருக்குமே தெரியும். என்று கோபத்துடன் கத்துகிறார் அப்பா.

நான் எப்படிப் பெயிலானேன்னு தெரியுமா? பருவத் தேர்வுல 53% எடுத்தேன். ஆனா....

தெருவோரத்துல கடை வச்சிருக்கிறவர் மகன் 60% எடுத்துருக்கான். தெரியுமா? என்று அப்பா பதிலுக்குக் கத்துகிறார்.

உங்ககிட்டப் பேசிப் பயனில்லை என்று நொண்டியபடியே செல்கிறான் சிறுவன்.

அதைக்கவனித்த அப்பா, பதட்டத்துடன் கேட்கிறார் என்ன ஆச்சு?

என் பேட்டிங் ஷூ கிழிஞ்சிருக்கு. பந்து பட்டுக் காயம்.

இதுக்காகத்தான் சொல்றேன். கிரிக்கெட் பணக்காரங்க விளையாட்டு. நமக்கு வேண்டாம்.

அப்பா, திறமை..... திறமை இருக்கு. ஒருநாள் இந்தியாவுக்காக விளையாடுவேன். நீங்க மகிழ்ச்சில கத்திக்கிட்டே ஆடுவீங்க.

கோபத்தில் அவனை அடிக்கப் போன அப்பா, மகனின் காயத்தைப் பார்த்துக் கலங்குகிறார். மறுநாள் காலை வழக்கமான கந்துவட்டிக்காரரிடம் வட்டிக்குப் பணம் வாங்குகிறார். புதிய ஷூ வாங்கிக்கொண்டு கிரிக்கெட் மைதானம் செல்கிறார். போட்டி நடந்துகொண்டிருக்கிறது.

அவரைப்பார்த்த பயிற்சியாளர்,

வாங்க ரானே, உங்க மகன் 199 எடுத்திட்டான். இப்போ பேட்டிங். 200 அடிக்கப்போறான் பாருங்க.

ரானேயின் மகன் ஸ்ரீநிவாஸ் 200 ஆவது ரன் எடுத்ததும் அனைவரும் ஆர்ப்பரிக்கின்றனர்.

ரானே பயிற்சியாளரிடம்,

சார், பையனுக்கு ஷூ வாங்கிட்டு வந்தேன். கொடுத்திடுங்க. அவனைக் கொஞ்சம் படிக்கவும் சொல்லுங்க. என்னை மாதிரி சாதாரண வேலைக்காரங்களுக்கு இந்தப் பணக்கார விளையாட்டு ஒத்துவராது.

ஒரு அலுவலகத்தில் கிளர்க்காக வேலைபார்க்கும் ரானே, மனைவியை இழந்தவர். ஆணும் பெண்ணுமாக இரு குழந்தைகள். மகன் ஸ்ரீநிவாஸ் 9 ஆம் வகுப்பு. மகள் துர்கா 8 ஆம் வகுப்பு. அதிக மதிப்பெண்கள் மட்டுமே படிப்பு. படிப்பு மட்டுமே உயர்த்தும்

என்று நம்பும் இன்றைய நடுத்தர வர்க்கத்தில் ரானேயும் ஒரு அங்கம்.

உடன் வேலைசெய்யும் சிலரின் வேலைகளைச் செய்வது, அகர்பத்தி வியாபாரம் என்று பல வழிகளில் சிறுகச் சிறுகப் பணம் சம்பாதிப்பதன் மூலமே ரானே குடும்பச் செலவுகளைச் சமாளிக்கிறார். எதிர்பாராத செலவுகளுக்கு இருக்கவே இருக்கிறது கந்துவட்டி.

இரவில் குடியிருப்புப் பகுதியில் இருக்கும் நான்கு நண்பர்களுடன் சீட்டு விளையாடுவதும் பிறர் கதை பேசுவதும் குடிப்பதுமே ரானேவுக்கு ஆறுதல்.

கல்வி உதவித் தொகைக்கான தேர்வு எழுதித் தேறிவிட்டால் படிப்புக்கான செலவை அரசே ஏற்கும் என்பதை நண்பர் மூலம் அறிந்து ஸ்ரீ நிவாஸின் பள்ளி முதல்வரைச் சந்திக்கிறார் ரானே.

ஸ்ரீ ஒரு சராசரி மாணவன். அவனால் பள்ளியில் நடக்கும் இடைப்பருவத் தேர்வுகளிலேயே தேற முடியவில்லை. உதவித்தொகைக்கான தேர்வு மிகவும் கடினமானது. எனவே அவனால் முடியாது என முதல்வரும் வகுப்பாசிரியையயும் சொல்லுகின்றனர்.

ரானேவின் தொடர்ந்த வற்புறுத்தலால் எதிர்வரும் இடைப்பருவத்தேர்வில் அதிக மதிப்பெண் பெற்றால் ஸ்ரீயை உதவித்தொகைக்கான தகுதித் தேர்வுக்கு அனுப்புவதாகப் பள்ளி முதல்வர் கூறுகிறார்.

எப்படியேனும் மகனை அதிக மதிப்பெண் பெறவைக்கவேண்டும் என்று அவனுக்குச் சிரமமான பாடங்களுக்கு தனிப்படிப்பு வகுப்புகளை ஏற்பாடு செய்கிறார் ரானே.

அப்பாவின் கெடுபிடிகளால் கிரிக்கெட் விளையாட இயலாமல் தவிக்கிறான் ஸ்ரீ. படிப்பில் மனம் ஈடுபடவேயில்லை. கணிதம் மிரட்டுகிறது. வாய்ப்பாடு மனப்பாடம் ஆகவே இல்லை. கிரிக்கெட் நினைப்பிலேயே கழிகிறது காலம். தேர்வில் வழக்கத்தை விடக் குறைவான மதிப்பெண்களே பெறுகிறான்.

முதல்வர் அழைத்ததால் பள்ளிக்குச் செல்கிறார் ரானே. மகன் பெற்ற மதிப்பெண்களைப் பார்த்து அதிர்ச்சியடைகிறார். இவ்வளவு

குறைவான மதிப்பெண்கள் பெறுபவனை தகுதித் தேர்வுக்கு அனுப்ப முடியாது. இவன் சராசரி மாணவன். இவன் மீது உங்களது உழைப்பைச் செலுத்துவது வீண் என்கிறார் முதல்வர்.

பார்க்கும்போதெல்லாம் படி படி என்று திட்டி அடிப்பதால் அப்பாவைப் பார்த்தாலே பயப்படுகிறான் ஸ்ரீ. படிப்பின் மீதான வெறுப்பும் அதிகரிக்கிறது.

வாய்ப்பாடு சொல்லச் சிரமப்படும் மகனைக் கோபம் கொண்டு அடிக்கிறார் ரானே. என்னால் படிக்கவே முடியாது என்று எதிர்த்துப் பேசுகிறான் ஸ்ரீ. வாக்குவாதம் முற்றுகிறது. மகனை அடிக்கிறார் ரானே. அவனது கிரிக்கெட் மட்டையை உடைத்து எறிகிறார்.

கிரிக்கெட் விளையாடினால் கொன்றுவிடுவேன்!

கிரிக்கெட்தான் விளையாடுவேன் என்ன செய்வீர்கள்? *17 x 7* எவ்வளவு? சொல்லுங்கள் என்று அப்பாவிடம் கோபமாய்க் கேட்கிறான் ஸ்ரீ.

உடனே பதில் சொல்ல முடியாமல் திணறுகிறார் ரானே.

நானா பரீட்சை எழுதப்போறேன்? என்று கோபத்துடன் அடிக்கிறார் ரானே.

உங்களுக்குத் தெரியவில்லை. என்னை ஏன் அடிக்கிறீர்கள்? என்று அப்பாவைத் தள்ளுகிறான் ஸ்ரீ. கோபம் கொண்ட ரானே, ஸ்ரீயைத் தள்ளியதில் கட்டிலில் பின்தலை மோதி நினைவிழக்கிறான். நடிக்கிறான் என்று சொல்லிக்கொண்டே பெல்டால் அடிக்க முயலும்போது ஸ்ரீயின் தலையிலிருந்து ரத்தம் வழிகிறது. தனது தவறை உணர்ந்து அலறுகிறார் ரானே.

சாலைகளில் விரைகிறது ஆம்புலன்ஸ். சிகிச்சைக்குப் பின் ஸ்ரீ கோமா நிலைக்குச் சென்றுவிட்டதாக மருத்துவர் சொல்ல அனைவரும் அதிர்கின்றனர். காவல்துறையினர் வந்து ரானேவைக் கைது செய்கின்றனர்.

ரானேயின் குடியிருப்புப் பகுதியில் வசிக்கும் பாலியல் தொழில் செய்யும் பெண்ணின் செல்வாக்கால் காவல் நிலையத்திலிருந்து ரானே விடுவிக்கப் படுகிறார். ரானே மற்றும் நண்பர்களால் கேலி செய்யப்படும் பெண் அவர். தொடர்ந்த அவரின் உதவிகள் அன்பை வளர்க்கின்றன.

கோமா நிலையிலேயே வீடு திரும்புகிறான் ஸ்ரீ. ரானேயின் நண்பர்கள் சக்கர நாற்காலி வாங்கித் தருகிறார்கள். காலம் உருள்கிறது.

ஒருநாள் ஸ்ரீயின் வகுப்பாசிரியை வீட்டுக்கு வருகிறார். ரானேயிடம்,

ஸ்ரீ எப்படி இருக்கிறான்? பள்ளிக்கு வந்து நான்கு மாதங்கள் ஆகிவிட்டன. என்று விசாரிக்கிறார். ஸ்ரீயிடம் மாற்றம் ஏதுமில்லை. விரைவில் குணமடைவான் என்று சொல்கிறார் ரானே.

"ஸ்ரீயின் லாக்கர் மூடியே கிடக்கு. அதைக் காலி செய்து கொடுத்தா வேறு மாணவருக்குப் பயன்படும் என்று பிரின்சிபால் கேக்கச் சொன்னாரு" தயங்கியபடியே ஆசிரியை சொல்கிறார். முதலில் கோபப்பட்டாலும் மறுநாள் வந்து காலி செய்வதாச் சொல்கிறார் ரானே.

மறுநாள் ஸ்ரீயின் பள்ளிக்குச் செல்கிறார் ரானே. அவனின் லாக்கரில் அவனுக்குப் பிடித்த டெண்டுல்கரின் படங்கள், கோப்பைகள், குடும்பப் புகைப்படம் என்று அவனது பொருட்களை எடுக்கும்போது கலங்குகிறார் ரானே. சோகத்துடன் செல்லும்போது ஒரு வகுப்பறையில் ஆசிரியை பாடம் நடத்திக்கொண்டிருக்கிறார்.

"முகமது கோரி துருக்கி மன்னரை வென்று இந்தியாவிற்குள் வந்தார். அவர் காலத்திலேயே குதுப்மினார் கட்டப்பட்டது. அவர் 1210 ஆம் ஆண்டு இறந்தார். அதன் பின் இல்துமிஷ் அரசரானார். அடுத்து ரஷியா சுல்தானா..."

ஆசிரியை தொடர்ந்து சொல்லிக்கொண்டே இருக்க மாணவர்கள் கேட்டுக்கொண்டிருகின்றனர். அந்த வகுப்பறைக்குள் நுழைகிறார் ரானே.

அம்மா, ஒரு நிமிடம்!

இந்தப் பிள்ளைகளுக்கு என்ன சொல்லித் தந்துக்கிட்டிருக்கிங்க? இன்னைக்கு டெல்லில யாரு இந்தியாவை ஆளுராங்கன்னே தெரியாது. 11 ஆம் நூற்றாண்டுக் கதையைச் சொல்லிக்கிட்டிருக்கீங்க!

நீங்க யாரு?

அலாவுதீன் கில்ஜியோட பிறந்த தேதி அவர் அப்பாவுக்கே தெரியாது. ஏன் இந்தப் பிள்ளைகளைப் படிக்கச் சொல்லி

வற்புறுத்துறீங்க? 8 ஆம் நூற்றாண்டுல ராஷ்ட்ரகூடர்கள் மகராஷ்டிராவை ஆண்டாங்க. தந்தி துர்க் வலிமையான அரசனா இருந்தான். இப்போ அவங்களைப் பத்தி யாருக்குத் தெரியும்? வரலாறுன்னு சொல்றீங்களே. உங்க வரலாறு உங்களுக்குத் தெரியுமா? என்று தொடர்ந்து ரானே கேட்கக் கோபப்படுகிறார் ஆசிரியை. நான் வரலாற்று ஆசிரியை. இதெல்லாம் சொல்லித்தர வேண்டும். என்று சொல்கிறார்.

பாபர் எப்போ பிறந்தார்? ஹுமாயுனுக்கும் அவருக்கும் என்ன உறவு? அக்பருக்கும் அவருக்கும் என்ன உறவு? சாந்த் பீபி யார்? என்று கோபத்துடன் தொடர்ந்து கேள்விகளை ரானே கேட்க ஆசிரியை அதிர்ச்சியுடன் திணறுகிறார். சத்தம் கேட்டு மற்ற வகுப்புகளில் இருந்து கூட்டம் கூடுகிறது.

ரானேயின் கேள்விகள் தொடர்கின்றன.

17x7 எவ்வளவு? ஆசிரியை திணறியபடியே நான் வரலாற்று ஆசிரியை என்று பதில் சொல்கிறார்.

உங்களுக்கு கணக்கு தேவையில்லை. இந்தப் பிள்ளைகளை வாய்ப்பாடு படிக்கச் சொல்லித் துன்பப்படுத்துறீங்க? நான் வரலாற்று ஆசிரியை. எனக்கு வாய்ப்பாடு தெரியாதுன்னு இந்தப் பிள்ளைகளிடம் ஒத்துக்கோங்க. என் பாடத்தைத் தவிர எனக்கு எதுவும் தெரியாதுன்னு சொல்லுங்க. எல்லாத்தையும் படிக்கச்சொல்லிப் பிள்ளைகளைத் துன்பப்படுத்துறீங்க. ஒவ்வொரு வருஷமும்படிக்கமுடியாம எத்தனைபிள்ளைகள்செத்துப்போறாங்க தெரியுமா? இன்னும் எத்தனை பேரை சிதைக்கப் போறீங்க? என் பையன் உங்களாலதான் கோமாவுல இருக்கான். நீங்கதான், இந்தக் கல்விமுறைதான் காரணம்! என்று கோபத்துடன் கத்துகிறார் ரானே.

காவலர்களுடன் வருகிறார் பள்ளி முதல்வர். காவலர்கள் ரானேவை காவல் நிலையத்தில் ஒப்படைக்கின்றனர். காவல் ஆய்வாளரிடம்,

சொல்லுங்க சார், கஜினி முகம்மது எப்போ இந்தியாவுக்குள் வந்தாரு?

அட, இந்தப்பேரையே இப்போதான் கேட்கிறேன். எனக்கு முகம்மது அஜாருதீன் தெரியும். அமீர்கானோட கஜினி தெரியும். என்று சிரிக்கிறார் காவல் ஆய்வாளர்.

அப்புறம் எதுக்குப் பிள்ளைகளை இதையெல்லாம் படிக்கச் சொல்லித் துன்பப் படுத்துறீங்க?

காலம் காலமா இப்படித்தானே நமது முறை இருக்கு. இதை யாரு உடைக்குறது? என்று காவல் ஆய்வாளர் கேட்கிறார்.

நான் உடைக்குறேன். நமது கல்விமுறையே தவறு. காலம் காலமா குழந்தைகளைக் கொடுமைப் படுத்திக்கிட்டிருக்கோம். சின்ன மூளைக்குள்ளடன் கணக்குல தகவல்களைத் திணிச்சுக்கிட்டே இருக்கோம். என்று ஆவேசமாகச் சொல்கிறார் ரானே.

நீங்க சொல்றதெல்லாம் உண்மைதான். நமது கல்விமுறையை மாத்தணும். என்று சொல்லியபடியே தனது நண்பரை அழைத்து ரானேவுக்குப் பிணை தரச்சொல்லி வெளியே அனுப்புகிறார் காவல் ஆய்வாளர்.

இரவில் நண்பர்களுடன் குடிக்கும்போது ரானே கோபத்துடன் பேசத் தொடங்குகிறார்.

நாம பிள்ளைகளை கூலிகளாகத்தான் உருவாக்குகிறோம். பெரிய பை நிறைய புத்தகங்கள், பயிற்சிப் புத்தகங்கள் இப்படின்னு பெரிய சுமை. இவங்க ரயில்வே ஸ்டேஷன் போனா அதிகம் சம்பாதிக்கலாம். இப்போ தெரியுதா ஏன் முதுகெலும்பு இல்லாதவுங்களா எல்லாரும் இருக்காங்க என்று?

ஒரு 400பக்க நோட்டுல எல்லாப் பாடத்தையும் எழுதுனா என்ன? தனித்தனியா பெரிய பெரிய நோட்டுகள். வருஷக் கடைசில நிறையப் பக்கம் மிச்சமாகுது. அடுத்த வருடம் புது நோட்டு.

நீ சொல்றதெல்லாம் சரி. ஆனா இங்க சொல்லி என்ன செய்ய? டிவில சொன்னா எல்லோரும் கேப்பாங்க. என்று சொல்லும் நண்பர்கள் ரானே தொலைக்காட்சியில் பேச வாய்ப்பை ஏற்படுத்தலாம் என்று முடிவு செய்கின்றனர்.

தனியார் தொலைக்காட்சியில் ரானேயின் பேட்டி.

செய்தியாளர் கேட்கிறார். ரானே, புத்தகப் பைகள் அதிக கனமா இருக்குன்னு சொல்றீங்க. படிக்கிற பசங்களுக்கு புத்தகம் நோட்டு எல்லாமே அவசியம் தானே?

ரானே பதில் சொல்லத்தொடங்குகிறார்.

ஒரே நோட்டுல எல்லாப் பாடத்தையும் எழுதினா என்ன? ஆளுக்கு ஒரு செட் புத்தகங்களை வகுப்பறையில் வையுங்க. ஒரு வகுப்புல 50 பிள்ளைகள் இருந்தா ஒவ்வொருத்தருக்கும் பத்து புத்தகங்கள். 500 புத்தகங்களை வகுப்புலேயே வைக்கலாமே! அப்போ என்ன பாடமோ அந்தப் புத்தகத்தை எடுத்துப் படிக்கலாம். படிச்சிட்டு வகுப்பிலேயே திரும்ப வெச்சிடலாம்.

சில முக்கியமான வரிகளை குறிக்க வேண்டியது வரும் அப்போ என்ன செய்ய? என்று கேள்வி எழுப்புகிறார் செய்தியாளர்.

அது எந்த வரிகள் அப்படின்னு எழுதி வச்சுக்கிட்டு வீட்டுல இருக்குற புத்தகத்துல போய் குறிச்சுப் படிச்சுக்கலாம். எல்லாமே பணம் சம்பாதிக்கதான். ஒவ்வொரு இரண்டு வருஷ காலத்துல ஏதாவது சில பக்கங்களை மாத்துறாங்க. பழைய புத்தகமெல்லாம் வீணாகுது, எல்லாருமே புதுசா வாங்கவேண்டியிருக்கு. யாரோ இதைவச்சு சம்பாதிக்குறாங்க.

ரானேவின் பேட்டி அதிர்ச்சி அலைகளைப் பரப்புகிறது. அந்த ஆண்டில் புத்தகத்தில்சில மாற்றங்களை அமைச்சர் செய்திருக்கிறார். புதிய புத்தகங்கள் அச்சாகிவிட்டது. இவன் வேற மக்களைக் குழப்புறான். ரானேவை சற்றே கண்டிக்கவேண்டும் என்று அதிகார வர்க்கம் முடிவு செய்கிறது.

ரவுடிகளால் தாக்கப்படுகிறார் ரானே. ரானேயின் நிலையறிந்து மனம் மாறி உதவும் வட்டிக்கடைக்காரர் ரவுடியை எச்சரித்து விரட்டுகிறார். ரானேவுக்குத் தைரியமூட்டுகிறார்.

தொலைக்காட்சிகள் மக்களின் கருத்தை ஒளிபரப்புகின்றன. குழந்தைகளைத் துன்பப்படுத்துகிறோம். பள்ளிக்கட்டணம், தனிப்படிப்பு என்று பல்வேறு வீண் செலவுகள் என்று பலரும் சொல்கின்றனர். "நான் புகழ்பெற்ற புகைப்படக் கலைஞன். படிப்பு வரல தேர்வுல பல வகுப்புகளில் தவறியிருக்கேன். இப்போ நான் படமெடுக்கணும்னு பல பிரபலங்கள் காத்துக்கிட்டிருக்காங்க. யாருமே எவ்வளவு படிச்சிருக்கேன் அப்படின்னு கேக்குறது இல்ல." என்று ஒரு புகழ்பெற்ற புகைப்படக் கலைஞர்கல்விமுறை குறித்துத் தொலைக்காட்சியில் பேசுகிறார். கல்வி முறை குறித்த பேச்சுகள் ஊடகங்களின் வழியே பரவலாக்கப்படுகிறது..

செல்லுமிடமெல்லாம் மக்களிடையே பேசுகிறார் ரானே.

நண்பரின் உதவியால் புகழ்பெற்ற நரம்பியல் நிபுணரைச் சந்திக்கிறார் ரானே. ஸ்ரீக்கு ஒரு அறுவை சிகிச்சை செய்தால் குணமாகலாம் என அவர் சொல்கிறார். நண்பர்கள் உதவுகிறார்கள். ஸ்ரீ மருத்துவமனையில் சேர்க்கப்படுகிறான்.

கல்வி அமைச்சரிடம் பேச விரும்பிக் கடிதம் அனுப்புகிறார் ரானே. உங்களைப் போன்ற பைத்தியக்காரரிடம் பேச இயலாது எனப் பதில் கிடைக்கிறது. கோபம் கொள்ளும் ரானே முதலைச்சரின் வீட்டுக்குச் செல்கிறார். வாசலிலேயே காவலர்களால் தடுக்கப்படுகிறார். மீறி உள்ளே ஓடும் ரானே தன்னிடம் வெடிகுண்டு இருக்கிறது என்று மிரட்ட அங்கே பதட்டமான சூழல் ஏற்படுகிறது.

"முதல்வர் வெளியே வரவேண்டும். எல்லாத்துக்கும் காரணம் இந்தக் கேவலமான கல்வி முறை. அரசுதான் பொறுப்பு." என்று கத்துகிறார் ரானே. நான் ஒரு வெடிகுண்டை உடலில் கட்டிக்கிட்டு வந்திருக்கேன். ஒவ்வொரு மாணவனும் வருஷக்கணக்காக வெடிகுண்டைக் கட்டியிருக்கிற மாதிரிதான் இருக்கிறான். எவ்வளவு வார்த்தைகள்! இயற்பியல் சூத்திரங்கள், கெமிக்கல் ரியாக்சன், லாக்கரிதம், ஸ்பைரோகெய்ரா அது இதுன்னு அழுத்தம். இது தற்கொலையில் போயி முடியுது.

மீடியா கூடுகிறது. ஒரு சட்டமன்ற உறுப்பினரை அருகே வரச்சொல்லி அழைக்கும் ரானே அவரிடம் கேள்விகளைக் கேட்கிறார்.

இங்கே எவ்வளவு மழைப் பொழிவு தெரியுமா? உங்க பகுதியில் என்ன விவசாயம் என்றே தெரியாது. நீங்க ஆட்சி செய்றீங்க. பசங்க படிக்கவேண்டியதிருக்கு.

பாதுகாவலர்களின் எச்சரிக்கையை மீறி முதல்வர் ரானேவைப் பார்க்க வெளியே வருகிறார். நீங்கள் சற்றே அமைதியாகுங்கள் நாம் பேசலாம் என்று ரானேயிடம் கூறுகிறார்.

அமைதியாகத்தான் இருக்கிறேன். உங்களிடம் நிறைய பேசவேண்டும். நீங்க என்ன படிச்சிருக்கீங்க?

பிசினஸ் மேனேஜ்மென்ட் என்று முதல்வர் பதில் சொல்கிறார்.

குதுப்புதீன் யார்? சொல்லுங்க.

முதல்வர் திணறுகிறார்.

இது கஷ்டம். விடுங்க. 17x7 எவ்வளவு? சொல்லுங்க.

முதல்வர் மெதுவாகப் 17 ஆம் வாய்ப்பாட்டை முணுமுணுக்கிறார்.

முதல்வரே வரிசையா சொல்லும்போது குழந்தைகளை ஏன் கஷ்டப்படுத்தணும்?

நாம் வீட்டுக்குள்ளே போய் உட்கார்ந்து பேசலாம் என முதல்வர் அழைக்கிறார். ரானே ஒத்துக்கொள்கிறார்.

அந்த வெடிகுண்டை மட்டும் எடுத்துருங்க.

இது வெடிகுண்டே இல்ல. வீட்டுல இருந்த பழைய பேட்டரிகளை வைத்து நானா செட்டப் செய்தது என்று ரானே சொல்ல, முதல்வர் சிரித்துக்கொண்டே ரானேவை வீட்டுக்குள் அழைத்துச் செல்கிறார். ரானேவின் வேண்டுகோளின்படி பத்திரிக்கையாளர்களும் முதல்வரின் வீட்டுக்குள் அனுமதிக்கப்படுகின்றனர்.

ரானே முதல்வருடன் பேசத் தொடங்குகிறார்.

ஒவ்வொரு குழந்தையின் மனதிலும் வேறுபாட்டை உருவாக்குறோம். 1,2,3 இப்படின்னு வரிசையா ரேங்க். முதல் ஐந்து ரேங்க் வாங்குறவங்க அறிவாளி. 40 ஆவது ரேங்க் வாங்குகிறவன் முட்டாளா? எப்படி இதுமாதிரி தரப்படுத்துகிறீர்கள்? 40 ஆவது மாணவன் ஒருசிறந்த ஓவியனா, பாடகனா, இசைக்கலைஞனா இருக்கலாமே! குழந்தைகளிடையே போட்டியை நீங்களே உருவாக்குறீங்க. அப்புறம் பெத்தவங்களும் சேந்துக்கிறாங்க. முதல் 5 அல்லது 10 பேருக்குள்ள வரணும்னு பிள்ளைகளை அழுத்துறாங்க. சிறப்பு வகுப்பு, பயிற்சி வகுப்பு, வியாபாரம் எல்லாமே ஆரம்பமாகுது.

நீங்க கல்வியை பெரிய வியாபாரமா ஆக்கிட்டீங்க. என் நண்பன் ஒரு சிற்பியா ஆகணும்னு ஆசைப்பட்டான். அறிவியல் பாடத்தில் பெயிலாயிட்டான். நுண்கலைக் கல்லூரியில் சேர முடியல. அறிவியல் பாடத்தில் பாஸாக மூன்று வருஷம் மார்ச் அக்டோபர்னு மாத்தி மாத்தி அறிவியல் தேர்வை எழுதினான். அறிவியல், அவனோட வாழ்வில் மூன்று வருஷங்களை வீணாக்கிடுச்சு. சிற்பக்கலை கற்க விரும்பறவங்களுக்கு அறிவியல் பாடத்தால்

என்ன பயன்? பெயிலாக்கும் உரிமையை யார் கொடுத்தார்கள்? தனது எதிர்காலத்தை முடிவு செய்யும் உரிமை குழந்தைகளுக்கு இல்லையா?

ரானே, "குழந்தைகளுக்கு அடிப்படையான கல்வி தேவையில்லையா?" என்று முதல்வர் கேட்கிறார்.

தேவைதான். பாபரோட மனைவி பெயர் என்ன? கம்போடியாவில் என்ன தாது கிடைக்கிறது? இது மாதிரியான வரலாறு, புவியியல் எதற்கு? வரலாறு, புவியியல் சொல்லிக்கொடுங்க. தேர்வு வைக்காதீங்க. ஆர்வத்தை ஏற்படுத்தினால் போதும். உயர் கல்வியில் அந்தப் பாடத்தை விரிவாகப் படிக்கட்டும். தான் விரும்பிய துறையில் வெற்றி பெற்றவங்க பலர். அவுங்களுக்கு அதுமாதிரியான வாய்ப்பு கிடைச்சது. மாணவர்களின் திறமையைக் கண்டுபிடிங்க. அவங்க எதிர்காலத்தைத் தேர்ந்தெடுக்கும் வாய்ப்பைக் கொடுங்க. பெயிலாக்காதீங்க. மராத்தி படிக்க விரும்பும் ஒருத்தனை கணக்கில் தேறியே தீரவேண்டும் என்று ஏன் வற்புறுத்த வேண்டும்?

குழந்தைகள் மீதான அழுத்தத்தைக் குறைங்க. வெளிநாடுகள் போல கற்க வழி செய்யுங்க. கல்வியை மகிழ்ச்சியானதாக மாற்றுங்க.

சரி ரானே. நாம் மீண்டும் சந்தித்துப் பேசலாம். மாற்றங்கள் குறித்து யோசிப்போம். கல்வி அமைச்சரையும் அழைக்கிறேன்.

ரானேயின் பேச்சை நண்பர்கள் பாராட்டுகிறார்கள். ஸ்ரீக்கு அறுவை சிகிச்சை வெற்றிகரமாக நடைபெறுகிறது. அவன் விழிக்கிறான்.

ஸ்ரீ கிரிக்கெட் விளையாட்டில் பிரகாசிக்கிறான். அனைவரும் மகிழ்கின்றனர்.

மராத்தி மொழியில் கல்விமுறையைத் திட்டுவது போன்ற தலைப்பு என்ற எதிர்ப்பைச் சமாளித்து 2010ஆம் ஆண்டில் வெளியான படம் *Shikshanachya Aaicha Gho.* கதை, திரைக்கதை மற்றும் இயக்கம் மகேஷ் மஞ்ரேக்கர்.

கல்விமுறை மீது காத்திரமான கேள்விகளை எழுப்புகிறது படம். குழந்தைப் பருவம் முழுதும் அழுத்தமும் போட்டியும் நிறைந்த கல்விமுறையால் மானிடப் பண்புகளை வளர்க்கத் தவறிவிட்டோம்.

மனிதம் தழைக்கப் படைப்பாளர்கள், கலைஞர்கள் தேவை. பணம் சம்பாதிப்பது மட்டுமே கல்வி அல்ல. என்று பல்வேறு உரையாடல்களின் தொடக்கப்புள்ளியாக இப்படத்தைக் கொண்டாடலாம்.

இதே கதையை இந்திய மொழிகள் பலவற்றிலும் படமாக்கியுள்ளனர். தமிழ், தெலுங்கில் 'தோனி' என்ற பெயரில் பிரகாஷ் ராஜ் படமாக எடுத்தார். மராத்திப் படம் போல நேரடியான பல கேள்விகளைத் தவிர்த்து சில குறிப்பிட்ட கேள்விகளுடன் உருவாக்கப்பட்டது தோனி.

The Teacher's Diary

(2014, Thai)

உலகமெங்கும் வகுப்பறை அனுபவங்களின் தொகுப்பாகப் பல்வேறு புத்தகங்கள் வந்துகொண்டே இருக்கின்றன. தமிழில் இதுபோன்ற நூல்களின் தேவை அதிகம். ஒரு வகுப்பறை போன்று மற்றது இருக்காது. என்றாலும் ஆசிரியர்களின் அனுபவங்களில் இருந்து நமக்கான செயல்பாடுகளை எளிதில் உருவாக்கிவிட முடியும். எவ்வளவு அனுபவம் இருந்தாலும் கற்பித்தல் குறித்துக் கற்றுக்கொண்டே இருக்கவேண்டியுள்ளது. எத்தகைய சிரமமான சூழல்களில் இருந்து குழந்தைகள் பள்ளிக்கு வருகிறார்கள் என்பது குறித்தும் ஆசிரியர் அறிந்து வைத்திருக்கவேண்டும். ஒரு குழந்தைகூடக் கற்காமல் விடுபட்டுவிடக்கூடாது என்பதில் ஆர்வமும் துடிப்பும் கொண்டு செயல்பட விரும்பும் ஆசிரியர்களுக்குப் புத்துணர்வு தருவதாக இப்படம் அமையும்.

படிப்பவர் ஏழு குழந்தைகள். படகு வீட்டில் பள்ளி. என்ற எளிய கதைக்களம் கொண்ட தாய்லாந்துப் படம் *The Teacher's Diary.*

மல்யுத்த வீரனான இளைஞர் சாங், ஆசிரியர் வேலைதேடி ஒரு பள்ளிக்கு வருகிறார். "இப்போதைக்கு வேலை காலி இல்லை. தற்காலிகமாக ஓராண்டு ஒப்பந்தத்தில் வேலை தருகிறேன், ஆனால் இங்கல்ல எங்களது படகுப்பள்ளியில்." என்று பள்ளி முதல்வர் கூறுகிறார். சாங் அதை ஒத்துக்கொண்டு படகுப் பள்ளிக்குப் பயணமாகிறார்.

காடு. அங்கே ஓர் அணைக்கட்டின் நீர்த்தேக்கப் பகுதி. அங்கிருந்து படகுப் பயணம். மிதக்கும் இரண்டு அறைகளைக்கொண்ட தொடக்கப்பள்ளி. அங்கு செல்போன் இணைப்புக்கிடைக்காது. பேட்டரியில் இயங்கும் ஒரு மின்விளக்கு. என்று குறைந்த அளவு வசதிகள்.

ஆசிரியராக வேலைபார்த்த அனுபவம் இல்லாத சாங். தனது மாணவர்களிடம் எவ்வாறு பேசவேண்டும் என்று தனியே பயிற்சிசெய்து கொள்கிறார். சாக்பீஸ் தேடும்போது கரும்பலகைக்கு மேலே இருந்து ஒரு குறிப்பேடு கிடைக்கிறது. அதை வாசிக்கத் தொடங்குகிறார். அது படகுப்பள்ளியில் பணிபுரிந்த ஆன் என்ற ஆசிரியையின் நாட்குறிப்பு.

கையில் சிறிய நட்சத்திரங்களைப் பச்சை குத்திக்கொண்டதால் பள்ளி முதல்வரின் கண்டிப்புக்கு ஆளாகிறார் ஆன். அவருடனான வாக்குவாதத்தில் கோபம் கொண்டு பணி மாற்றம் கேட்டுக்கொண்டு படகுப்பள்ளிக்கு வருகிறார். அவரது அனுபவங்களை தினமும் நாட்குறிப்பாக எழுதுகிறார். ஆனின் நாட்குறிப்பு சாங்கிற்கு உதவியாக இருக்கிறது. அதிலிருந்து ஆன் என்ற ஆசிரியை பற்றியும் அவரது கற்பித்தல் முறைகளையும் அறிந்துகொள்ள முடிகிறது.

மாணவர்கள்யாரும் பள்ளிக்கு வரவில்லை. சாங் மாணவர்களைத் தேடிச் செல்ல முடிவு செய்கிறார். படகுப்பல்லியில் இருந்த மோட்டார் படகை இயக்குகிறார். அனுபவமின்மையால் சிறு விபத்து ஏற்படுகிறது. படகுக்குள் விழுந்து கையில் எலும்பு முறிவு ஏற்படுகிறது.

பள்ளியைச்சுற்றிலும் ஒவ்வொரு இடமாகச் சென்று ஆசிரியராக தான் வந்திருக்கும் செய்தியைச் சொல்லி மாணவ மாணவியரை அழைத்து வருகிறார். பல்வேறு நிலைகளில் பயிலும் நான்கு குழந்தைகள். வாரநாட்களில் படகுப் பள்ளியிலேயே தங்கிப்

படிப்பார்கள். வார இறுதியில் அவர்களுக்கு விடுமுறை. அவரவர் வீடுகளுக்குச் சென்றுவிடுவார்கள்.

ஒய்வு நேரத்தில் செல்போன் இணைப்புத் தேடிப் படகில் சாங் சென்று திரும்பும்போது குழந்தைகள் நால்வரும் நீரில் நீந்தி விளையாடிக்கொண்டு இருக்கிறார்கள். விபத்து நடந்துவிட்டால் என்ன செய்வது? என்று கோபம் கொள்கிறார். எங்களுக்கு நன்றாக நீந்தத் தெரியும் என்று அவர்கள் பதில் சொல்கிறார்கள். கோபம் கொண்ட சாங் குழந்தைகளை அடிக்கிறார். எங்கள் ஆசிரியை ஆன் எங்களை அடித்ததேயில்லை என்று சொல்லி அழுகிறார்கள் குழந்தைகள். அதைப்பார்த்து சாங் மனம் வருந்துகிறார்.

சாங், ஆனின் நாட்குறிப்பை வாசிக்கத் தொடங்குகிறார். குழந்தைகளுக்குக் கற்பிக்க ஆன் செய்த பல்வேறு முயற்சிகள் சாங் மனதைக் கவர்கின்றன. அதுபோலவே பல புதிய உத்திகளைச் செய்ய முயல்கிறார்.

ஆன் ஆசிரியையாகப் பணியாற்றிய போது படித்தவர்கள் ஏழு பேர். அதில் ஒரு சிறுவன் தந்தைக்கு மீன் பிடி தொழிலில் உதவி செய்ய வேண்டிப் படிப்பை பாதியிலேயே நிறுத்திவிட்டான் என்பதை அறிந்து அவனின் வீட்டுச் செல்கிறார். அவனது அப்பாவிடம் பேசுகிறார். தனக்கு மீன்பிடிக்க உதவி செய்ய வேறு யாரும் இல்லை. இவனைப் பள்ளிக்கு அனுப்பிவிட்டால் என்ன செய்வது? என்று அவனது தந்தை கேட்கிறார். "சென்ற வாரம் நீங்கள் மீன்களை விற்கும்போது நான் பார்த்தேன். அதன் விலை குறித்த கணக்கு உங்களுக்கு சரியாகத் தெரியவில்லை. உங்களை மீன் கடையில் ஏமாற்றுகிறார்கள். உங்கள் பையனைப் படிக்கவைத்தால் கணக்குகளைச் சரிபார்க்க உங்களுக்கு உதவியாக இருப்பான். பையனைப் பள்ளிக்கு அனுப்பினால் பதிலுக்கு மீன்பிக்க வார இறுதிகளில் நானும் உங்களுடன் மீன் பிடிப்பதில் உதவி செய்கிறேன்" என்கிறார் சாங். அந்த மீனவரும் தனது மகனை மகிழ்ச்சியுடன் பள்ளிக்கு அனுப்பிவைக்கிறார்.

ஆனின் நாட்குறிப்பை அப்படியே பின்பற்றாமல் தனக்குத் தோன்றிய வழிகளிலும் கற்பித்தலில் பல்வேறு புதிய முயற்சிகளைச் செய்கிறார் சாங். அந்த நாட்குறிப்பிலேயே ஆங்காங்கே தனது எண்ணங்களையும் எழுதிவைக்கிறார். குழந்தைகள் அவரையும் நேசிக்கத் தொடங்குகின்றனர்.

சாங்கிற்கு கணக்கு மிகவும் சிரமமாக இருக்கிறது. ஒவ்வொன்றையும் தான் பயிற்சி செய்தபின் குழந்தைகளுக்குக் கற்றுத்தருகிறார். இறுதித்தேர்வு வருகிறது. தேர்வில் நேரம் போதாததால் தெரிந்த கணக்கைச் செய்ய இயலவில்லை என ஒரு சிறுவன் அழுகிறான்.

"தவறு உன்னுடையதல்ல. நன்கு சொல்லித்தராத என்னுடையது" என்று சாங் அவனைத் தேற்றுகிறார். என்றாலும் மனம் வருந்துகிறார். குழந்தைகளுக்குச் சொல்லித்தரும் அளவு தனது திறனை வளர்த்துக்கொள்ள முடிவு செய்கிறார். ஆசிரியப் பயிற்சிக்குச் செல்ல முடிவெடுக்கிறார். பணியிலிருந்து விலகி படிக்கச் செல்கிறார்.

ஆன் பல்வேறு சூழல்களால் மீண்டும் படகுப் பள்ளிக்கு வருகிறார். குழந்தைகள் மற்றும் நாட்குறிப்பு மூலம் நடந்தவற்றை அறிந்து ஆச்சரியப்படுகிறார். சாங்கின் குறிப்புகளில் இருந்து அவரும் நிறைய கற்றுக்கொள்ள முடிகிறது.

மிகவும் குறைந்த எண்ணிக்கையிலான குழந்தைகள் என்றாலும் அவர்களின் பகுதியிலேயே ஒரு பள்ளியை அமைத்திருப்பதே ஆச்சரியம். அது படம் முழுதும் நம் மனதில் நிறைந்திருக்கிறது. பல்வேறு சிரமங்களுக்கு மத்தியில் ஆனும் சாங்கும் குழந்தைகளுக்குக் கற்பிக்கச் செய்யும் முயற்சிகள் ஆசிரியர்களுக்குப் பாடம். இருவரும் ஒருவரை ஒருவர் தேடிச்செல்லும் காட்சிகள் உணர்வுப்பூர்வமானவை. கற்றல், கற்பித்தல், ஆசிரியரின் குடும்பச் சூழல், மனப் போராட்டங்கள் எனப் பலதளங்களில் பயணிக்கிறது கதை. குழந்தைகளின் மனங்களில் இடம்பிடிப்பதே ஆசிரியரின் முதல் வேலை என்பதைப் படம் அழுத்தமாக நம் மனதுள் பதியவைகிறது.

மதிப்பெண்களைத் தேடி ஓடிக்கொண்டிருக்கும் இன்றைய சூழலில் கடைக்கோடியில் இருப்பவர்க்கும் கல்வி, கற்பித்தல் தவம், அதற்காகத் தொடர்ந்து கற்பவரே ஆசிரியர். போன்ற பல செய்திகளை அழுத்தமாக அனைவரின் மனங்களிலும் பதிய வைப்பதில் வெற்றிபெற்றிருக்கும் படம், *The Teacher's Diary.*

72 MIles – Ek Pravas

(2013, Marathi)

இன்றைய நாமக்கல் பள்ளிகளைப் போன்று அப்போது இருந்தவை சில அரசு உதவிபெறும் பள்ளிகள். ஆங்காங்கே புகழ்பெற்ற அப்பபள்ளிகளில் பிள்ளைகளைப் படிக்கவைப்பது நடுத்தவர்க்கக் கனவு. அத்தகைய ஒரு உறைவிடப் பள்ளியில் ஏழாம் வகுப்பில் சேர்க்கப்பட்டேன். அருப்புக்கோட்டை அருகிலுள்ள கல்லூரணி என்ற சிறிய கிராமத்திலிருந்தது எங்கள் பள்ளி. விடுமுறைக்கு ஊருக்குச் செல்வது என்பது கொண்டாட்டமான ஒன்று. பேருந்தில் பயணிக்கும்போது கால்களில் இருக்கும் வரித்தழும்புகளைப் பார்ப்பவர்கள், கல்லூரணி ஸ்கூலா? என்று கேட்பார்கள். எங்கள் விடுதியிலிருந்து அவ்வப்போது மாணவர்கள் தப்பித்துஓடுவதுஉண்டு. ஓடியவன்அகப்பட்டாலும்பெற்றோருடன் திரும்பி வந்துஅங்கேயே சேர்க்கப்பட்டாலும் அன்றைய இரவு கேட்கும் அவனது அலறல்சிலருக்குக் கொண்டாட்டம். பலருக்குப் பதற்றம். எங்கள் விடுதிக் காப்பாளரை எனது திருமணத்தில் பார்த்ததும் உள்ளம் பதறியது எனக்கு மட்டுமே தெரியும்.

விடுதியிலிருந்து தப்பி ஓடும் சிறுவனின் பயணத்தின் வழியே வாழ்க்கைப் பாடம் சொல்லித்தரும் மராத்திப்படம் 72 மைல் ஒரு பயணம்.

எத்தனை தடவை கேக்குறேன்! நாள் பூரா எங்கடா சுத்திக்கிட்டிருந்தே? சொல்லு! என்று அதட்டும் மனிதரைப்பார்த்து பதிலேதும் சொல்லாமல் அரண்டு நிற்கிறான் அந்தச் சிறுவன். இன்னொரு தடவை இதுமாதிரி நடந்தா ரெண்டு நாள் பட்டினிதான் அவரின் கோபமான எச்சரிக்கை. அது ஓர் உறைவிடப் பள்ளி.

"இங்கே உன் போன்றவர்கள் சுய கட்டுப்பாட்டுடன் படிக்கிறார்கள். தனது வேலைகளைத் தாங்களே செய்கிறார்கள். வயலிலும் வேலை செய்கிறார்கள். உனது வீடு போலவே இங்கே நீ படிக்கலாம். நீ விரும்பியபடியே உயர்ந்த நிலையை அடையலாம்." என்று அந்தச் சிறுவனை அங்கே சேர்க்கும்போது அப்பா அறிவுரை சொன்னது அவன் நினைவுக்கு வருகிறது.

அவன் மனம் வீட்டையே நினைக்கிறது. மும்பையில் வேலைசெய்யும் அப்பா எப்போதாவதுதான் கிராமத்திலிருக்கும் வீட்டுக்கு வருகிறார். வரும்போதெல்லாம் அம்மாவுக்கும் அவருக்கும் சண்டை. அப்பா மும்பையில் ஒரு குடும்பம் வைத்திருப்பதாக அம்மா சண்டையிடுகிறார். அப்பா சற்றே படித்தவர். அம்மா படிக்காதவர். மாமாதான் வீட்டைக் கவனித்துக்கொள்கிறார்.

கிராமத்தில் பள்ளிக்குச் செல்லாமல் நண்பர்களோடு விளையாடுவதே அவனின் வேலை. அவ்வப்போது மாமா கண்டிக்கிறார். பள்ளிக்குச் செல்லாமல் சேட்டை அதிகம் செய்வதால் அவனை ஏதேனும் விடுதியுடன் கூடிய பள்ளியில் சேர்த்துவிடுமாறு அம்மா வேண்டுகிறாள். அப்பாவும் அவனை கண்டிப்புக்குப் பேர்போன ஒரு உறைவிடப் பள்ளி விடுதியில் சேர்க்கிறார்.

அவனை அங்கு விடும் போது விடுதிக் காப்பாளரிடம், "சார், இவன் சாதாரணமானவன் இல்லை. பெரிய சேட்டைக்காரன். பள்ளிக்குப் போகாம பசங்களோட விளையாடிட்டே இருப்பான். பௌர்ணமின்னா சுடுகொட்டுப்பக்கம் சுத்துவான். இவன் மனுஷனே இல்ல. பேய்மாதிரி நடந்துக்குவான். உங்களால முடிஞ்ச அளவு இவனைத் தண்டிக்கலாம்." என்று அப்பா சொல்லிக்கொண்டே இருக்கிறார்.

அமைதியாக உட்கார்ந்திருந்த சிறுவன், "நான் இங்கே இருக்க மாட்டேன்" என்று அழுத்தமாகச் சொல்லுகிறான்.

இவன்கிட்ட இரக்கமே காட்டதீங்க. தப்பு செய்தா அடி பிச்சிடுங்க. நாங்க ஒழுக்கமா வளர்ந்தோம். என் குடும்பத்துல இப்படி ஒரு ஒழுக்கமில்லாதவன். என்று அப்பா கோபமாகச் சொல்லிச் செல்கிறார்.

7ஆம் வகுப்பு படிக்கும் வயசு அந்தச் சிறுவனுக்கு. அவன் மனம் எப்போதும் ஊரையே நினைத்துக் கொண்டிருக்கிறது. சமையல் அறையில் வேலை செய்யும்போது மெதுவாக விடுதியை விட்டு வெளியேறி ஊருக்குள் செல்கிறான். பேருந்து நிறுத்தத்தில் அவனது ஊருக்குச் செல்லும் பேருந்து எப்போது வரும் என்று விசாரிக்கிறான். அவனைத்தேடிச் சில பெரிய மாணவர்கள் அங்கே வருகிறார்கள். அவர்களைப் பார்த்துப் பயந்த சிறுவன் அவர்களிடம் சிக்கிவிடாமல் தப்பி ஓடுகிறான். ஊரைவிட்டு நெடுந்தூரம் ஓடிச் செல்கிறான்.

மலைப்பகுதி. நீண்ட சாலை. மனிதர்களே இல்லாத வெளி. எப்போதாவது ஒரு வாகனம் செல்கிறது. ஓட்டமும் நடையுமாகத் தனியே சாலையில் சென்றுகொண்டிருக்கிறான் அவன்.

சாலையோர மதுக்கடை. மூன்று குடிகாரர்கள் பணமில்லாமல் தேடிக்கொண்டிருக்கும் வேளையில் சிறுவனைப் பார்க்கிறார்கள். அவனிடமிருக்கும் கொஞ்சப் பணத்தையும் பிடுங்கிக்கொண்டு அவனை அடித்து விரட்டுகிறார்கள்.

இரவு. கடுங்குளிர். தனியே நடந்துகொண்டிருக்கும் சிறுவனின் கண்களில் தூரத்து வெளிச்சம். அங்கு செல்கிறான். தனித்த குடிசை. அங்கே ஒரு நடுத்தர வயது மனிதர் இருக்கிறார். அவர் அவனை யாரென்று கேட்கிறார். வழி தவறிவிட்டதாகச் சொல்கிறான். அங்கேயே அவனை இருக்கச் சொல்லிவிட்டு வயக்காட்டுக் காவலுக்குச் செல்கிறார் அவர்.

தண்ணீரைக் குடித்துவிட்டு அங்கேயே தூங்கிப்போகிறான் சிறுவன். விடியும் நேரம் கொடுங்கனவு. விடுதியில் இருக்கும் பெரிய மாணவர்கள் துரத்துவது போன்ற கனவால் திடுக்கிட்டு விழித்துச் சாலையை நோக்கி ஓடுகிறான். தூரத்தில் யாரோ சிலர் வருவது தெரிகிறது. ஓடுகிறான். வழியில் ஒரு பெரியவர், அவர் மனைவி, மகன் என மூவர் குளிர் காய்ந்துகொண்டு இருக்கின்றனர்.

சிறுவன் அங்கே உட்காருகிறான். பெரியவர் அவனிடம் கனிவாகப் பேசுகிறார். அவர்களிடம் தண்ணீர் வாங்கிக் குடிக்கிறான். குளிர் காய்ந்தபின் மாட்டு வண்டியில் அவர்கள் கிளம்புகிறார்கள். அவர்களின் வண்டியைப் பின்தொடர்ந்து நடக்கத் தொடங்குகிறான் அவன்.

வண்டியின் பின்னேயே நடந்து வரும் சிறுவனைப் பார்த்துப் பெரியவர், "தம்பி, எவ்வளவு தூரம்தான் நடப்ப? வா, வந்து வண்டில ஏறிக்கோ" என்கிறார். சிறுவன் வண்டியில் அமர்கிறான்.

பெரியவர் பேச்சைத் தொடர்கிறார். உன் வீட்டுல யாரெல்லாம் இருக்காங்க?

அம்மா, அப்பா, தம்பி, தங்கை.

உன் குடும்பப் பெயர் என்ன?

வட்கர்.

ஜாதி?

தோரா.

வண்டிய நிறுத்து...! என்று பெரியவர் கத்த வண்டி நிற்கிறது. சிறுவனைக் கீழே தள்ளுகிறார்.

ஏன்டா.... உனக்கு என்ன தைரியம் இருந்தா எங்களைத் தொட்டிருப்ப? என்று திட்டியபடியே வண்டியிலிருந்து கீழே இறங்கி அவனைச் சாட்டையால் அடித்து மிதிக்கத் தொடங்குகிறார். சிறுவன் வலி பொறுக்காமல் அலறித்துடிக்கிறான். அவனை அப்படியே விட்டுவிட்டு வண்டி கிளம்புகிறது.

பெரியவர் ஒருவர் சிறுவனை அடிப்பதைப் பார்த்துத் திட்டிக்கொண்டே ஓடி வருகிறார் ஒரு பெண்மணி. சாலையிலேயே அழுதுகொண்டு படுத்திருக்கும் அவனைத் தூக்கியபடியே அடித்தவரைத் திட்டுகிறாள். அவள் கையில் ஒரு குழந்தை. அவளுடன் இரு சிறுமிகளும் ஒரு சிறுவனும்.

சிறுவனின் தலையில் காயதைப்பார்த்து வருந்துகிறாள். தாழ்த்தப்பட்ட சாதி என்பதால் அடித்தார் என்று அறிந்து மேலும் திட்டுகிறாள் அந்தப் பெண். சிறுமிகள் இருவரும் காயத்துக்கு ஏதேனும் மூலிகை பறித்து வருகிறோம் என்று செல்கின்றனர்.

அவரின் மகனும் காட்டுக்குள் செல்கிறான். அந்தப்பெண்மணியும் அடிபட்ட சிறுவனும் பேசிக்கொண்டே நடக்கத் தொடங்குகின்றனர்.

தம்பி, உன் பெயர் என்ன?

அசோக்.

எங்கே போற?

கோலாப்பூர்.

அசோக் போர்டிங் ஸ்கூலில் நடந்தவற்றைச் சொல்கிறான்.

அசோக், போர்டிங் ஸ்கூல்னா என்ன? ஜெயில் மாதிரியா?

ஆமா. அதேதான். எனக்கு அப்பா மேல கோபம். என்னைப்பத்தி தப்புத் தப்பா வார்டன் கிட்ட சொன்னாரு. என்னை ஏமாத்துக்காரன் என்றே எல்லோரும் பார்த்தாங்க. அதுனால ஊருக்கே போகலாம்னு கிளம்பிட்டேன்.

நான் எங்க அம்மா ஊருக்குப் போறேன். அம்மாவுக்கும் முடியல. எனக்கு அவளை விட்ட வேறு துணை இல்ல. ரொம்ப தூரம் போகணும். என்கிறாள் அந்தத் தாய்.

மூலிகை கிடைக்காமல் சிறுமிகள் திரும்புகின்றனர். அவர்களின் அண்ணனும் வருகிறான். அருகே ஒரு ஆறு. ஆற்றைப் பார்த்ததும் அனைவரும் குளிக்கச் செல்கின்றனர்.

பயணம் தொடர்கிறது. வழியில் ஒரு பேருந்து நிறுத்தத்தில் பேருந்து நின்றுகொண்டிருக்கிறது. அசோக் நின்று பேருந்தைப் பார்க்கிறான். பேருந்தில் ஏறிவிடலாம் என்று மெதுவாக அருகே செல்கிறான். அந்தப் பெண் தடுக்கிறாள்.

தம்பி, வேண்டாம் காசு இல்லைன்னா இறக்கி விட்டுடுவாங்க. அதைக்கேட்காமல் அசோக் பேருந்தில் ஏறிக்கொள்கிறான். அது கிளம்புகிறது. சிறிது நேரத்தில் நடத்துனர் வந்து டிக்கெட் எடுக்கச் சொல்கிறார். பணமில்லை என்று அசோக் சொல்கிறான். பேருந்தை நிறுத்தி அவனைக் கீழே தள்ளுகிறார் நடத்துனர். அவன் மீண்டும் ஏற முயல வேகமாகக் கீழே தள்ளிக் கதவை அடைக்கிறார். கதவில் அசோக்கின் விரல் சிக்கிக் காயம்பட்டுக் கீழே விழுந்து கதறுகிறான்.

அந்தப் பெண் ஓடிவந்து அவனைத் தூக்குகிறாள். "அசோக், பணமில்லைன்னா எதுவும் நடக்காது. நான் சொல்றதைக் கேளு.

எங்க கூட வா. நான் உனக்கு அம்மா. இவங்க உன் கூடப்பிறந்தவங்க" என்கிறாள். அனைவரும் நடக்கத் தொடங்குகிறார்கள்.

ஒரிடத்தில் மூலிகையைப் பார்த்ததும் சிறுமிகள் பறித்து வருகின்றனர். விரலில் பட்ட காயத்துக்கு மருந்து வைத்தபின் அவர்களின் பயணம் தொடர்கிறது. சிறிது தூரம் சென்றபின் தனது கைக்குழந்தை அசைவின்றி இருப்பதைத் தாய் உணர்கிறாள். சாலையருகே இருந்த ஒரு கோவிலில் அமர்கின்றனர்.

அசோக் சிறுவனிடம் கேட்கிறான். அண்ணா, உன் தம்பிக்கு என்ன ஆச்சு?

"ஆறு மாதமாகவே உடம்பு சரியில்ல. எங்க அப்பாவை போலீஸ் பிடிச்ச அன்னிக்கு இவனோட உடம்புக்கு சரியில்லாம ஆயிருச்சு. பணமில்லாததால மருத்துவம் பாக்கவும் முடியல."

அசோக் மெதுவாக அம்மாவிடம் செல்கிறான். என்ன ஆச்சு? என்று கேட்கிறான். "இவன் விடுதலையாயிட்டான். இவனுக்காக நான் எதுவுமே செய்யல. ஏன் எனக்கு வந்து பொறக்கணும்?" என்று அந்தத்தாய் வருந்தி அழுகிறாள். அருகே கோவில் இருப்பதால் இறந்த குழந்தையைத் தூக்கிக்கொண்டு அனைவரும் தொடர்ந்து நடக்கிறார்கள். சிறிது தூரம் கடந்தபின் ஒரு புதர்ப்பகுதியின் அருகே கைகளாலேயே குழிதோண்டி குழந்தையைப் புதைக்கிறாள் தாய். அசோக் உதவி செய்கிறான். அவளின் மகன் கோபத்தில் அமர்ந்திருக்கிறான். சிறுமிகள் இருவரும் அங்கே வயலில் இருந்த தக்காளிகளைப் பறிக்கின்றனர். பயணம் தொடர்கிறது.

வழியில் ஒரு ஊர். என் அப்பா இசை நாடகங்களில் பாடுவார். அவரோட பாட்டுகள் எனக்கும் தெரியும். வா, பாடி ஆடிப் பிச்சை எடுக்கலாம் என்று சிறுவன் அசோக்கை அழைக்கிறான்.

இனிய பாடலைக்கேட்ட பெரியவர் ஒருவர் உணவு வாங்கித் தருகிறார். "தம்பி, நீ நல்லாப் பாடுற. எவ்வளவு கஷ்டம் வந்தாலும் பாடுறத விட்டுடாதே" என்றும் சொல்லுகிறார்.

"அழகான உலகத்தைப் படைச்சே..அதுல ஏன் மனுஷங்களைப் படைச்சே?" என்று வறுமையைக் கூறும் பாடல். சிறுமிகள், அசோக் அனைவரும் பிச்சை எடுக்கின்றனர். சிலர் காசு தருகின்றனர். சிலர் விரட்டுகின்றனர். அப்போது அங்கே சாமி ஊர்வலம் வருகிறது.

மக்கள் அனைவரும் காணிக்கை செலுத்தி வணங்குகின்றனர். பசித்தவருக்கு உணவோ உதவியோ செய்ய விரும்பாத மக்கள் கடவுள் என்றதும் தயங்காமல் காணிக்கையாகப் பணம் செலுத்திப் பக்தியுடன் வணங்குகின்றனர் என்று குழந்தைகள் சிரிக்கின்றனர்.

இரவில் அங்கேயே தங்கலாம் என்று மகன் சொல்ல, தாய் மறுக்கிறாள். "இரவில் இங்கே மனிதர்கள் கூடுவார்கள். உனது சகோதரிகள் இருவரும் அறியாப் பருவத்தில் இருக்காங்க. என்ன ஆகும்னு சொல்ல முடியாது. வாங்க போகலாம். வழியில் எங்காவது தங்கிக்கொள்ளலாம். பெரிய மனிதர்களை நம்ப முடியாது" என்கிறாள்.

பயணம் தொடர்கிறது. காட்டு வழியில் ஒரு ஆலமரத்தடியில் தங்குகிறார்கள். தாய் தனது கதையை அசோக்கிடம் சொல்லுகிறார்,

பிரிட்டிஷ் ராணுவத்தில் இவங்க அப்பா இருந்தாரு. போருக்குப் போனதால அரசு கொஞ்சம் நிலம் கொடுத்தது. எவ்வளவு உழைச்சாலும் எதுவுமே விளையாத நிலம். வெறுத்துப்போயி தெரு நாடகங்கள்ல ஆடவும் பாடவும் போனாரு. திடீர்னு ஒருநாள் வீட்டைவிட்டு ஓடிப்போய் வழிப்பறிக் கொள்ளைக்காரங்க கூடச் சேர்ந்துட்டாரு. போலீஸ் புடிச்சிருச்சு. ஆதரவில்லாம நான் ஊரு ஊரா அலையுறேன்.

காலையில் பயணம் தொடர்கிறது. ஒரு காட்டுப்பகுதிக்குள் சென்று ஏதேனும் சாப்பிடக் கிடைக்கிறதா என்று தேடலாம் என மூத்தவன் சொல்ல அசோக்கும் சம்மதிக்கிறான். தாய் தடுக்கிறாள். அவள் சொல்லை மீறி இருவரும் காட்டுக்குள் செல்கின்றனர்.

சிறுவர்கள் மரங்களிலும் ஆற்றிலும் ஆடிப்பாடி மகிழ்ந்த வேளையில் பெரியவனை நல்ல பாம்பு கொத்திவிடுகிறது. அசோக் அலறியபடியே அம்மாவிடம் ஓடி வருகிறான். அனைவரும் அலறிக்கொண்டு சென்று பார்க்கையில் பாறை மீது பையன் இறந்து கிடக்கிறான்.

அங்கேயே அவனது உடலை விட்டுவிட்டு அனைவரும் சோகத்துடன் கிளம்புகின்றனர். சிறுமிகள், எங்கள் அண்ணன் இறப்பதற்கு நீதான் காரணம் என்று அசோக்கைத் திட்டுகிறார்கள். இரவு அனைவருக்கும் கடுமையான பசி. வழியில் இருந்த ஒரு கடைக்குச் சென்று தாய் சாப்பிட ஏதேனும் தருமாறு கேட்கிறாள்.

அங்கு எதுவும் இல்லை. சிறிதளவு மிக்சர் மட்டுமே இருக்கிறது. தண்ணீராவது தாருங்கள் என்று கடைக்காரரிடம் தாய் கேட்கிறாள். கடைக்காரன் சற்றே தள்ளி நின்று தண்ணீரை ஊற்றுகிறான்.

கடைக்காரன், "உங்களுக்குப் பசிக்குது மிக்சர் தர்றேன். ஆனா எனக்கும் பசிக்குதே!" என்றபடியே சிறுமிகளைப் பார்க்கிறான். அவனது பார்வையின் அர்த்தத்தைப் புரிந்துகொண்ட தாய் பிள்ளைகளையும் அசோக்கையும் அந்தக் கொஞ்ச மிக்சரைச் சாப்பிடச் சொல்லிவிட்டு கடையின் உள்ளே செல்கிறாள். கடைக்காரன் அவளைப் பின்தொடர்கிறான்.

நிலையைப் புரிந்துகொண்ட அசோக் வருந்துகிறான். சாப்பிட்டபின் அவனும் சிறுமிகளும் அங்கேயே தூங்குகின்றனர். காலையில் எழுந்த அசோக் கடையின் பின்புறம் சென்று அம்மாவைப் பார்க்கிறான். இது தப்பில்லையா? என்று கேட்கிறான்

தப்புதான். வேற என்ன செய்ய? எனது பிள்ளைகளை நான் தான் காப்பாத்தணும். படிப்பறிவு இல்லாதவ நான். என்னைச் சேர்ந்தவங்க செத்துக்கிட்டே இருக்காங்க. வாழ்க்கை புதிரா இருக்கு. நேற்று தண்ணீர் குடுக்கும்போது சாதி பார்த்த இந்தக் கடைக்காரன் அதன் பின் என்னையே கேட்டான். உலகம் தினம் ஒரு பாடம் கத்துக்குடுக்குது. தொடர்ந்த அவளின் பேச்சு, மனித வாழ்வைப் பற்றிய பல செய்திகளை அசோக்கிற்கு உணர்த்துகிறது.

வெயிலிலும் மழையிலும் குளிரிலும் அவர்களின் பயணம் தொடர்கிறது. அசோக்கின் ஊருக்கு அருகே சென்று சேர்கிறார்கள். அந்தத்தாய், "அசோக் நேரே உள்ள சாலையில் நீ செல்லவேண்டும். எனது அம்மாவின் ஊருக்குச் செல்லும் பாதை வேறு. பத்திரமா இந்தச் சாலையில் போ. கொஞ்ச தூரத்தில் உனது ஊர் வந்துவிடும்" என்று சொல்கிறாள். அவளருகே வந்து அம்மாஎன்றுகட்டிக்கொண்டு அழுகிறான் அசோக்.

அசோக், உனது பாதையில் நீ செல்லவேண்டும். உனக்கான வாழ்வுக்காக உழை. மத்தவங்க உதவுவாங்க என்று நினைக்காதே. நேர்மையா இரு. என்று அவளின் அனுபவங்களை அவனிடம் சொல்லிப் பிரிகிறாள் தாய். வருத்தத்துடன்தனியே நடக்கும் அசோக் கால் வலியால் ஒரு கல்லின்மீது அமர்கிறான்.

அவ்வழியே சைக்கிளில் வரும் ஒரும் பெரியவர் கேட்கிறார்,

தம்பி, ஏன் இங்கே உட்கார்ந்திருக்கே?

கால் வலிக்குது.

எங்கே போகணும்.

கோலாப்பூர்.

வா, பின்னாடி ஏறிக்கோ. நான் விட்டுடுறேன்.

மகிழ்ச்சியோடு அசோக் சைக்கிளில் ஏறப் பயணம் தொடர்கிறது.

"அழகான உலகைப் படைச்சே! அதில் ஏன் மனுஷனைப் படைச்சே?" என்ற பாடல் பின்னணியில் ஒலிக்கிறது.

ஒரு நெடிய பயணத்தின் வழியே அசோக் என்ற சிறுவன் வாழ்க்கையைப் புரிந்துகொள்கிறான்.

அசோக்வட்கார் என்ற மராத்தி எழுத்தாளரின் பள்ளிப்பருவத்தில் 1950-60களில் நடந்த நிகழ்வுகளின் அடிப்படையில் அவர் எழுதிய சுய சரிதையே 72 மைல் ஒரு பயணம். அதன் திரை வடிவமே *72 Miles - Ek Pravas.*

உலகமெங்கும் தேடல் மிக்கவர்கள் பயணித்துக்கொண்டே இருக்கின்றனர். பயணங்களே வாழ்க்கை ரகசியங்களை அவிழ்க்கின்றன. புத்தன், இயேசு, காந்தி, சே போன்ற பலரின் வாழ்க்கையை மாற்றியதே பயணங்கள் தானே!

The Ron Clark Story

(2006, English)

இன்றைய குழந்தைகள் மிகவும் கெட்டுப்போய்விட்டார்கள். மீடியா அனைவரையும் கெடுக்கிறது. ஒழுக்கம் குறைந்து வருகிறது. ஆசிரியர்களால் மாணவர்களைக் கண்டிக்கவும் தண்டிக்கவும் முடியவில்லை. என்ற புலம்பல்களை இப்போது பல ஆசிரியர்களிடம் கேட்க முடிகிறது. வெறும் அன்பான செயல்பாடுகளால் குழந்தைகளிடையே மாற்றங்களை உருவாக்க முடியவே முடியாது. என்று சொல்லிக்கொண்டிருப்பவர்கள் அவசியம் பார்க்கவேண்டிய திரைப்படம் ரான் கிளார்க்கின் கதை.

அமெரிக்காவில் வடக்கு கரோலினா புறநகர்ப்பகுதி. ஒர் தொடக்கப்பள்ளி. புதிதாக ஆசிரியப்பணிக்காக ஒரு இளைஞர் வந்திருக்கிறார். தலைமையாசிரியரைச் சந்திக்கவேண்டிக் காத்திருக்கிறார். வகுப்பறைக்கு வெளியே நிற்கும் மாணவனைப் பார்க்கிறார். அவனருகே சென்று அன்பாகப் பேசுகிறார்.

மாணவன் மகிழ்ச்சியோடு கேட்கிறான், நீங்கள்தான் எங்கள்

புதிய ஆசிரியரா? ஆம். என்று பதிலளிக்கிறார், அந்த இளைஞரின் பெயர் ரான் கிளார்க்.

சில ஆண்டுகள் கழித்து ஓர் மழை நாள். பள்ளியில் விழா. மாணவர்களும் ஆசிரியர்களும் மகிழ்ச்சி ஆரவாரத்துடன் குழுமியுள்ளனர். தலைமையாசிரியை பேசுகிறார்,

நம் பகுதியிலேயே நமது பள்ளி தேர்ச்சியில் முதலிடத்தை பெற்றுள்ளது. இதற்கு காரணமான திரு. ரான் கிளார்க்கை பாராட்டுகிறேன். அவருக்கான பரிசு பள்ளிக்கு வெளியே காத்திருக்கிறது.

அனைவரும் வெளியே ஆர்வமுடன் செல்கின்றனர்.

திரு.கிளார்க் நம் பள்ளியில் தற்காலிக ஆசிரியராக பணியில் சேர்ந்தார். இன்றுமுதல் நிரந்தரமாக பணி செய்வார். என்று சொல்லியபடியே அங்கிருந்த மறைப்பை தலைமையாசிரியை நீக்க, வாகனநிறுத்தும்இடத்தில் ரான் கிளார்க் பெயர் பொறிக்கப்பட்டுள்ளது. அவருடைய வாகனத்தை நிறுத்த அவரின் பெயர் பொறிக்கப்பட்ட தனி இடம். ரான் கிளார்க்கை அனைவரும் வாழ்த்துகின்றனர்.

வீட்டிலிருந்து கிளம்புகிறார்ரான். பெற்றோர்கள் செய்வதறியாது தவிக்கின்றனர். ரான் சொல்கிறார், "பணி நிரந்தரம் என்று சொல்லி அந்த கார் நிறுத்துமிடத்தை காட்டியபோது என் கல்லறை போலவே தோன்றியது. நான் நியூயார்க் போகிறேன். அங்குள்ள பள்ளிகளுக்கு சிறந்த ஆசிரியர்கள் தேவை என்று அறிந்தேன். என் மாணவர்களிடம், எப்போதும் உயர்ந்த நோக்கம் கொள்ளுங்கள், அதற்காக உழைக்கத்தயங்காதீர்கள்! என்று சொல்லுவேன். இப்போது நானும் அதையே பின்பற்றப்போகிறேன்."

பெற்றோர்கள் மனதுள் கவலையுடன் ரானை வழியனுப்பி வைக்கின்றனர்.

நியுயார்க் நகரில் ஓர் விடுதியில் தங்குகிறார் ரான். காலையில் அந்த விடுதியின் வரவேற்பு பெண்ணிடம் கேட்கிறார்,

ஹார்லம்பகுதியில் உள்ளபள்ளிகளின்முகவரிகள் கிடைக்குமா?

அந்தப்பெண், தொலைபேசி அகராதியை தந்தபடியே பள்ளிகளின் முகவரி எதற்காக?

நானொரு ஆசிரியர்.

ஹார்லம் பகுதியில் பணியாற்றப்போகிறாயா? உன் போன்ற வெள்ளையர்கள் அங்கே நிறைய பிரச்சினைகளை சந்திக்க வேண்டியதிருக்கும். எதற்கும் வக்கீல்கள் எங்களையும் குறித்துக்கொள். என்று ஆச்சரியத்துடன் சிரித்தபடியே சொல்கிறார்.

ஹர்லம் பகுதியில் பல்வேறு பள்ளிகளுக்குச் சென்று சுயவிவரப்பட்டியல் அளித்து வேலை கேட்கிறார் ரான். எங்கும் 'தேவையானால் அழைக்கிறோம்' என்ற பதிலே கிடைக்கிறது.

கையிருப்பு கரைகிறது. மாலை நேர உணவகம் ஒன்றில் பரிமாறும் வேளையில் சேர்கிறார் ரான்.

வழக்கம்போலப் பகலில் வேலை தேடிச்சென்றபோது ஒரு தொடக்கப்பள்ளியின் வாசலில் ஒரு காட்சியைக் காண்கிறார் ரான்.

பள்ளியைவிட்டு ஓர் மாணவன் கோபமாக வெளியேறுகிறான். ஆசிரியர் பின்தொடர்ந்து அவனை பள்ளிக்குள் இழுக்க முயல்கிறார். இருவருக்குமிடையே இறுக்கமான சூழல். ஆசிரியர் சற்று கடுமையாகவே நடந்துகொள்கிறார். அந்த மாணவனின் சட்டையைப் பிடித்து இழுக்கிறார். அவனோ திமிருகிறான். அப்போது தலைமையாசிரியர் வந்து, மாணவனை தன்னுடைய அறையில் சென்று அமருமாறு சொல்கிறார். அவனும் கோபமாகப் பள்ளிக்குள் செல்கிறான்.

மாணவர்களிடம் கடுமையாக நடந்துகொள்ளக்கூடாது! என்று தலைமையாசிரியர் அந்த ஆசிரியரை எச்சரிக்கிறார். அவரோ கோபத்தில் கடுமையாகப் பேசுகிறார். இப்படி கோபப்பட்டால் பள்ளியிலிருந்து நீங்கள் வெளியேற வேண்டியிருக்கும் என்று தலைமையாசிரியர் எச்சரிக்கிறார். ஆசிரியரும், வேலை வேண்டாம் என்று சொல்லிவிட்டுக் கோபத்துடன் வெளியேறுகிறார்.

ரான் தலைமையாசிரியரை பார்த்து, நான் இந்த வேலைக்கு வரலாமா? என்று கேட்கிறார். அவர் ரானை ஆச்சரியமாக பார்த்தபடி பதிலேதும் சொல்லாமல் உள்ளே செல்கிறார். ரானும் உள்ளே சென்று தனது சுய விவரங்களை அளித்து வேலை கேட்கிறார். தலைமையாசிரியர், 'நாளை வாருங்கள்' என்கிறார்.

மறுநாள் காலை. தலைமையாசிரியர் ரானுக்கு

வகுப்பறைகளைக்காட்டுகிறார். மாணவர்களின் தேர்ச்சி, கற்கும் திறனைப்பொறுத்து வகுப்பறைகள் பிரிக்கப்பட்டுள்ளன. "இந்த வகுப்புமாணவர்கள்நன்றாகபடிக்கக்கூடியவர்கள்.மாநிலத்தேர்வில் முதல் பத்து இடங்களைப்பிடிக்கும் திறன் மிக்கவர்கள்." என்று ஒரு வகுப்பறையைத் தலைமையாசிரியர் காட்டுகிறார்.

ரான், அந்த வகுப்பறையைப் பார்க்கிறார். மாணவர்கள் அமைதியாக ஆசிரியர் நடத்தும் பாடத்தைக் கவனித்துக் கொண்டிருக்கின்றனர். அதற்குளதிரேஇருந்த வகுப்பில் ஒரேகூச்சல். ரான் அந்த வகுப்பறையைப் பார்க்கிறார். மாணவர்கள் பலத்த சத்தத்துடன் விளையாடிக்கொண்டு இருக்கிறார்கள்.

இந்த வகுப்பு? என்று தலைமையாசிரியரிடம் ரான் கேட்கிறார். இருவருக்கும் உரையாடல் தொடர்கிறது.

இது, இந்த மாநிலத்திலேயே குறைந்த மதிப்பெண் பெறக்கூடிய மாணவர்களின் வகுப்பு. படிப்பே இவர்களுக்கு வராது. இவர்கள் கற்றல், ஒழுக்கம் எல்லாவற்றிலுமே பின்தங்கியவர்கள்.

நான் இந்த வகுப்பை எடுத்துக்கொள்கிறேன்.

தலைமையாசிரியர் ரானை விநோதமாகப் பார்க்கிறார். நிலை 3க்கு ஆசிரியர் தேவை. உங்களை அங்கு பணியமர்த்துகிறேன்.

இல்லை, நான் இந்த வகுப்பிலேயே பணியாற்ற விரும்புகிறேன்.

கடந்த ஆண்டு கிறிஸ்மஸ் விழாவுக்கு முன்பே 6 ஆசிரியர்களை வேலையை விட்டே இந்த மாணவர்கள் விரட்டியிருக்கிறார்கள். யாருமே இந்த வகுப்பை விரும்புவதில்லை.

யாரும் விரும்பாததை நான் விரும்புகிறேன்.

சரி.ஆனால், எனக்கு தேர்ச்சி முக்கியம்.

சரி. இன்றே பணியேற்கிறேன்.

திங்கட்கிழமை வாருங்கள்.

பணிக்கு செல்லும்முன் தனது மாணவர்களின் வீடுகளுக்குச்சென்று பெற்றோர்களுடன் பேச விரும்புறார் ரான்.

ரான் பணியேற்கவுள்ள ஹர்லம் தொடக்கப்பள்ளி, நியுயார்க் நகரின் புறநகர்ப்பகுதியில் இருக்கிறது. பெரும்பாலும்

கறுப்பினத்தவர்கள் மற்றும் பல்வேறு நாட்டவர்கள் வசிக்கும் பின்தங்கிய பகுதி.

மாணவ மாணவியரின் வீடுகளுக்குச் சென்று பார்க்கிறார் ரான். அது அவர்களின் குடும்பச்சூழலை நன்கு அறிய உதவியாக இருக்கிறது. ஒரு இந்தியக்குடும்பத்தையும் சந்திக்கிறார். மொத்தக்குடும்பமும் வரவேற்பறையில் குழுமியிருக்க, ஆண்கள் மட்டும் அமர்ந்து ஆசிரியர் சொல்வதைக் கவனிக்கின்றனர். சிறுமி ஆச்சரியத்துடன் ஆசிரியரிடம் பேச முயல்கிறாள். மகளே, ஆண்கள் பேசிக்கொண்டிருக்கிறோம்! என்று சற்றே அழுத்தமாகக் குடும்பத்தலைவர் சொல்லுகிறார். இந்தச் சிறிய காட்சியே இந்தியக் குடும்பங்களின் நிலையை எடுத்துக்காட்டுகிறது. ஆசிரியர்கள் பள்ளியைவிட்டு வீடுகளுக்கெல்லாம் வந்ததேயில்லையே! என்று சிலர் ஆச்சரியப் படுகின்றனர்.

பள்ளியில் முதல் நாள்.

ரான் ஆர்வமுடன் தனது வகுப்பிற்குள் செல்கிறார். மாணவ மாணவியர் தங்கள் இஷ்டப்படி பல இடங்களில் அமர்ந்திருக்கின்றனர். ரான் என்ன சொன்னாலும் கேட்காமல் கேலி செய்கின்றனர். ரான் கோபத்தில் கத்துகிறார், அமைதியாக இருங்க. குழந்தைகள் அனைவரும் அமைதியாகின்றனர்.

ரான், மாணவ மாணவியருக்கு பல புதிய சட்டங்களை அறிமுகம் செய்கிறார்.

முதல்சட்டம்- நாம் அனைவரும் ஒரே குடும்பம்.

வகுப்பறையில் மீண்டும் கூச்சல். இப்படியே கூச்சலும் குழப்பமுமாக அன்றைய நாள் கழிகிறது. குப்பைக்கூடமாக இருக்கிறது வகுப்பறை.

மறுநாள் வகுப்பில் மீண்டும் விதிகளை அறிமுகம் செய்கிறார் ரான்.

விதி 1. நாம் அனைவரும் ஒரே குடும்பம்.

விதி 2. நாம் ஒருவரை ஒருவர் மதிக்க வேண்டும்.

என்னை சார் என்றே அழைக்கவேண்டும். மேன், முட்டாள், நேப், எப்,... என்றெல்லாம் அழைக்கக்கூடாது.

விதி 3. எங்கு சென்றாலும் வரிசையாகத்தான் செல்லவேண்டும்.

ரான் சொல்லிக்கொண்டே இருக்க குழந்தைகள் அனைவரும் புத்தகங்களை வீசி எறிந்து கத்துகின்றனர்.

மதிய உணவு இடைவேளை. ரானின் மாணவ மாணவியர் கூட்டமாக முண்டியடித்துக்கொண்டு உணவைப் பெற முயல்கின்றனர். உணவுக்கூடப் பணியாளர்கள் உதவியுடன் மாணவர்களை வரிசைப்படுத்த முயல்கிறார் ரான். ரானின் வேண்டுகோளின் படி அனைவரும் வரிசையாக வந்தால் மட்டுமே உணவு தரமுடியும் என பணியாளர்கள் சொல்கின்றனர்.

குழந்தைகளுக்கு அதிர்ச்சியாக இருக்கிறது. ஆசிரியர் சொல்வதைக் கேட்க மறுக்கின்றனர். தொடக்கத்தில் முரண்டு பிடித்தாலும் பசியின் காரணமாகக் அனைவரும் வரிசையாகச் செல்ல ஒத்துக்கொள்கின்றனர்.

மறுநாள் வகுப்பறை அலங்கோலமாக இருக்கிறது. சுவரெங்கும் கிறுக்கல்கள். ரான் வகுப்பறையைச் சரிசெய்கிறார். மாணவிகள் தங்களுக்குள் பேசிக்கொள்கிறார்கள், "இது நமது பள்ளி. நாம் நம் இஷ்டப்படி இருப்போம். ஆனா, இன்னும் இந்த ஆசிரியர் ஓடாமல் இருக்கிறாரே!"

வகுப்பிற்குள் இரு மாணவர்களுக்குள் கடும் சண்டை. ரான் தடுக்கிறார். அதிலொருவன் டேய்ஷான். வகுப்பில் யாருடனும் பேசாதவன். கோபக்காரன். முதன்முதலில் அந்தப் பள்ளியின் வாசலில் ஆசிரியருடன் சண்டையிட்ட மாணவன்தான் அவன். ரான் தடுத்து அறிவுரை சொன்னதால் கோபத்துடன் வகுப்பைவிட்டு டேய்ஷான் வெளியேறுகிறான். ரான் பின்தொடந்து சென்று அவன் வெளியே சென்றுவிடாமல் மறிக்கிறார். அவரைப்பார்த்துக் கோபத்துடன் பேசுகிறான் டேய்ஷான்,

ஏன் என்னை தடுக்கிறீர்கள்?

உன்னைப்போன்ற சிறந்த மாணவனை நான் இழக்க விரும்பவில்லை.

ரானின் பதிலைக்கேட்டு ஆச்சரியமுடன் வகுப்பிற்கு திரும்புகிறான் டேய்ஷான்.

மறுநாள் வகுப்பில் பாடம் நடத்த தொடங்குகிறார் ரான்.

யாரிடத்திலும் புத்தகம் இல்லை. ஏன்? என்று கேட்கிறார் ரான். அவரின் கேள்வியை மதிக்காமல் ஷமைகா பின்னால் திரும்பி பேசத்தொடங்குகிறாள்.

ஷமைகா, என்னைப்பார்த்து பதில் சொல்.

அவள் ரானை மதிக்கவில்லை.

அவள் அமர்ந்திருக்கும் நாற்காலியை பிடித்து முன்புறம் திருப்புகிறார் ரான். அவள் ரானைத்திட்டுகிறாள். கோபத்தில் நாற்காலியை பிடித்து உலுக்குகிறார் ரான். அதனால் மிகவும் பயந்து அதிர்ச்சியடைகிறாள் ஷமைகா. அனைவரும் அதிர்ச்சியுடன் அந்நிகழ்வைப் பார்க்கின்றனர்.

நீங்கள் வென்றுவிட்டீர்கள்! என்று சொல்லியபடியே ரான் வகுப்பைவிட்டுக் கோபத்துடன் வெளியேறுகிறார்.

உன்னால் தான் இது நிகழ்ந்தது. நாம் வெற்றி பெற்றுவிட்டோம் என்று அனைவரும் ஷமைகாவைப் பாராட்டுகின்றனர்.

ரான், மாலைநேர உணவகத்தில் பணியாற்றும் தோழியை சந்திக்கிறார். நான் வேலையை விட்டுவிட முடிவு செய்துவிட்டேன். எனக்கு நியூயார்க்கை சுற்றிக்காட்டுவாயா? என்று கேட்கிறார். அவரும் ரானை அழைத்துச் செல்கிறார். ரான் குழப்பமாகவும் கோபமாகவும் இருப்பதை அறிந்த தோழி அவருடன் பேசத்தொடங்குகிறார்.

ரான், என்ன நடந்தது?

கோபத்தில் ஒரு சிறுமியை மேசையுடன் உலுக்கிவிட்டேன். என்னால் கோபத்தை கட்டுப்படுத்த முடியவில்லை. அவர்கள் அதிகமாக சேட்டை செய்கின்றனர். என்னை விரட்டுவதிலேயே குறியாக இருக்கின்றனர். நானும் வேலையை விட்டுவிட முடிவுசெய்துவிட்டேன்.

நீ, உனது முடிவை மறுபரிசீலனை செய். அவர்கள் பாவம், அவர்களின் குடும்பச் சூழல் அப்படி. உன்னைப்போல அன்பான ஆசிரியர் அவர்களுக்குக் கிடைப்பது அரிது. அவர்களை வெறுத்து விடாதே.

மறுநாள் மாணவர்கள் வகுப்பிற்குள் நுழையும்போது ஆச்சரியம்! அங்கே ரான் புன்முறுவலுடன் காத்திருக்கிறார். மேசை முழுதும்

சாக்லேட் பால் கோப்பைகள்.

இன்று நாம் இலக்கணம் படிக்கப்போகிறோம். நீங்கள் அமைதியாக இருந்தால் 15 நொடிகளுக்கு ஒருமுறை சாக்லேட் பால் குடிப்பேன், அதிக பால் குடித்து நான் வாந்தி எடுப்பதை காணும் வாய்ப்பு உங்களுக்கு கிடைக்கும். என்று சிரித்தபடியே கூறுகிறார்.

நேரம் கணக்கிட ஒரு மாணவரை நியமிக்கிறார் ரான். பாடம் தொடங்குகிறது. நேரம் கணிக்கும் மாணவன் சரியாக ஒசைஎழுப்ப ரான் பாலைக்குடிக்கிறார். ஆர்வமிகுதியால் சிலர் சத்தம் எழுப்பும்போது மற்றவர்கள் அவர்களை அமைதிப்படுத்துகின்றனர். விளையாட்டாகவும் விறுவிறுப்பாகவும் பாடம் முடிகிறது.

இடைவேளை நேரங்களில் மாணவிகள் ஸ்கிப்பிங் போல் இருவர் இரு கயிறுகளை சுழற்ற நடுவே ஒருவர் தாவிக்குதிக்கும் டபுள் டச் என்ற விளையாட்டை விளையாடுகின்றனர். ரான் அவர்களுடன் சேர்ந்து விளையாட விரும்புகிறார்.

எனக்கும் சொல்லித்தர முடியுமா?

மாணவிகள் கயிறைச்சுழற்ற நடுவே சரியாக குதிக்க முடியாமல் தடுமாறிப் பலமுறை கீழே விழுகிறார் ரான். சில நாட்கள் தொடர்ந்த முயற்சியால் விளையாட்டை நன்கு பழகி அனைவருடனும் விளையாடுகிறார்.

ரானின் செயல்களைத் தலைமையாசிரியர் ரசிக்கவில்லை. அவரை அழைத்து, தேர்ச்சி முக்கியம் என்று அறிவுறுத்துகிறார். எனது வகுப்பில் அனைவரும் கண்டிப்பாக தேர்ச்சி அடைவார்கள் என ரான் உறுதியுடன் கூறுகிறார்.

வகுப்பறையில் குழந்தைகள் அனைவருக்கும் நம்பிக்கை தரும் வார்த்தைகளை ரான் பேசுகிறார். அமெரிக்க ஜனாதிபதிகள் பெயர்களை, சாதனைகளை சொல்லித்தருகிறார். மாணவர்கள் மனப்பாடம் செய்யத் திணறுகிறார்கள். என்ன செய்யலாம்? எவ்வாறு சொல்லித்தரலாம்? என்று யோசிக்கிறார் ரான். இரவு அவரது வீட்டில் தேர்வு விடைத்தாட்களை திருத்தும்போது மாடியிலிருந்து கேட்கும் ராப் இசை எரிச்சலடைய வைக்கிறது. அதிகச் சத்தத்துடன் நவீன இசையை யாரோ கேட்டுக்கொண்டிருக்கிறார்கள். எரிச்சலடைந்த ரானின் மனதுள் திடீரென ஓர் எண்ணம் பளிச்சிடுகிறது.

மறுநாள் வகுப்பறையில் மாணவர்களிடையே ஒலிபெருக்கியில் ராப் இசையில் அமெரிக்க அதிபர்களின் பெயர்களை பாடுகிறார் ரான். மாணவ மாணவியர் ஆர்வமுடன் ரசித்து அவருடன் சேர்ந்து பாடுகின்றனர். கொஞ்சம் கொஞ்சமாக ரானை அனைவருக்கும் பிடித்துவிடுகிறது.

பள்ளி முடிந்ததும் கற்கச் சிரமப்படுபவர்களுக்குத் தனியான கவனம் செலுத்தி பாடங்களைச் சொல்லிக்கொடுக்கிறார் ரான். ஷமைகா தனது தம்பிகளை கவனித்துக்கொள்ள வேண்டிய நிலை உள்ளது. எனவே ரான் அவளது வீட்டிற்கு சென்று அவளின் தம்பிகளை கவனித்துக்கொள்கிறார். உணவு சமைக்கவும் உதவுகிறார். இதுதெரிந்த ஷமைகாவின் தாயார் கோபம் கொள்கிறார். மறுநாள் தலைமையாசிரியரிடம் புகார் செய்கிறார்.

எனது வீட்டில் ஆசிரியருக்கு என்ன வேலை? வீட்டில் நுழைந்து இதுபோன்ற காரியங்கள் செய்வது ஆசிரியர் வேலை அல்ல. நான் எனது மகளை வேறு பள்ளியில் சேர்த்துக்கொள்கிறேன். என்று ஷமைகாவின் தாயார் சொல்கிறார்.

எனது ஆசிரியரை ஒன்றும் செய்துவிடாதீர்கள்! என்று ஷமைகா தலைமையாசிரியரிடம் அழுதபடி கூறிவிட்டுத் தாயாருடன் செல்கிறாள்.

ரான் ஷமைகாவின் தாயாரை வழி மறித்து, உங்கள் மகள் அறிவாளி. எதிர்காலத்தில் நல்ல தலைவியாக வருவாள். இங்கு படித்தபின் சிறந்த பள்ளியில் மேற்படிப்புக்கு இடம் கிடைக்கும். என்று சொல்கிறார். தனது மகளைப் பற்றி ஆசிரியர் சொன்ன செய்திகளால் மகிழ்ந்து மகளை அங்கேயே படிக்கவைக்கச் சம்மதிக்கிறார் ஷமைகாவின் தாயார்.

தேர்வு நெருங்குகிறது. மாணவர்கள் ஆர்வமுடன் படித்துவருகிறார்கள். ரானின் உடல் நலம் குன்றுகிறது. நிமோனியா காய்ச்சல். மருத்துவரின் ஆலோசனைப்படி ஓய்வு தேவையெனினும் தேர்வுக்கு நான்கு வாரங்களே இருப்பதால் பள்ளிக்குச் செல்கிறார்.

வகுப்பில் புவியீர்ப்பு விசை பற்றிய பாடம். கரும்பலகையில் எழுதியபடியே ரான் கீழே விழுகிறார். அனைவரும் சிரிக்கின்றனர். 'ரான், எழுந்திருங்கள், எங்களுக்கு புவியீர்ப்பு விசை நன்றாக புரிகிறது.' என்று சொல்லிக்கொண்டே அனைவரும் சிரிக்கின்றனர்.

ரான் எழவில்லை. சந்தேகத்துடன் நெருங்கும் ஷமைகா ரானின் நிலையறிந்து அலறுகிறாள். ஆம்புலன்சில் ரான் எடுத்துச்செல்லப்படுகிறார்.

மருத்துவரின் அறிவுரைப்படி வீட்டிலேயே நன்கு ஓய்வெடுக்க வேண்டும். தேர்வு நெருங்குகிறது. என்ன செய்யலாம்? என்று யோசிக்கிறார் ரான். தனது தோழியின் உதவியுடன் பாடங்களை வீட்டிலேயே நடத்தி ஒளிப்பதிவு செய்கிறார். வகுப்பில் இருப்பது போன்ற உணர்வுடன் மாணவர்களுடன் நேரில் பேசுவதுபோலவே ரான் பாடங்களை பதிந்து பள்ளிக்கு அனுப்புகிறார். மாணவர்கள் ஆர்வமுடன் பாடங்களை பயில்கின்றனர்.

தேர்வுக்கு ஒரு வாரமே உள்ளது. ரான் உடல் நலம் பெற்று பள்ளி திரும்புகிறார். நம்பிகையூட்டும்படி மாணவர்களிடம் தொடர்ந்து பேசுகிறார்.

தேர்வு நாள். மாணவ மாணவியர் தேர்வறையில் இருக்கின்றனர். ரானும் பதட்டத்துடன் காத்திருக்கிறார். தேர்வு முடிந்து மாணவ மாணவியர் வெளியே வருகின்றனர். ரான் ஆர்வமுடன் விசாரிக்கிறார். பிள்ளைகளின் முக பாவங்களை பார்த்து மனதுள் நம்பிக்கை ஏற்படுகிறது.

ரானின் தோழி ஆசைப்பட்டபடி பிராட்வே நாடக அரங்கில் நாடத்தில் நடிக்கும் வாய்ப்பு அவளுக்கு கிடைக்கிறது. அவளது உதவியுடன் தனது மாணவ மாணவியர் மற்றும் பெற்றோர்களுக்கு நாடகக் காட்சிக்கான நுழைவுச்சீட்டுகளை வாங்கித்தருகிறார் ரான்.

டேய்ஷான் படம் வரைவது அவனது வெள்ளைக்காரத் தந்தைக்கு பிடிக்காது. தேர்வு முடிந்த மகிழ்ச்சியில் டேய்ஷான் வீட்டில் தனது அறைச்சுவரில் ஓவியம் வரைகிறான். அதைப் பார்த்த அவனது தந்தை அவனை கடுமையாக அடித்து உதைக்கிறார்.

நாடக அரங்கிற்கு வராததால் டேய்ஷானை தேடி வருகிறார் ரான். அவன் வீடு அலங்கோலமாகக் கிடக்கிறது. சுவரில் வரைந்துள்ள ஓவியத்தைப்பார்த்து ஆச்சரியப்படுகிறார். பல இடங்களின் தான் பார்த்து ரசித்த ஓவியங்களை வரைந்தது டேய்ஷான் தான் என்பது புரிகிறது. அவனைத்தேடுகிறார். தெரு முனையில் இருக்கும் குப்பைத்தொட்டியில் உடலெங்கும் காயத்துடன் கை முறிந்த நிலையில் முனகியபடி கிடக்கும் டேய்ஷானைப் பார்க்கிறார்.

அவனை மருத்துவமனைக்கு அழைத்துச் சென்றபின் தலைமையாசிரியர் உதவியுடன் பாதுகாப்பான இடத்தில் தங்க வைக்கிறார்.

வகுப்பில் பெற்றோர்கள் கூட்டம். மாணவர்களுக்கு பரிசளிப்பு விழா ஒன்றை ஏற்பாடு செய்திருக்கிறார் ரான். தனது வகுப்பில் உள்ள ஒவ்வொரு மாணவ மாணவியரின் தனித்தன்மைகளை எடுத்துச் சொல்லி அவரவர் தனித் திறமையைப் பாராட்டிப் பரிசுகளையும் வழங்குகிறார். பிள்ளைகளின் திறமைகளை அறிந்து பெற்றோர்கள் மகிழ்கிறார்கள்.

தலைமையாசிரியர் வகுப்பறைக்குள் வருகிறார். அனைவரையும் பார்த்து, "எல்லோரும் சற்றே கவனியுங்கள். இதோ, இந்தக்கவரில் தேர்வு முடிவுகள் வந்துள்ளன. ஆனால் நீங்கள் எதிர்பார்த்த முடிவுகள் வரவில்லை." என்று அறிவிக்கிறார்.

எல்லோரின் முகங்களிலும் அதிர்ச்சி. தலைமையாசிரியர் புன்னகைத்தபடி, "இந்த வகுப்பின் குழந்தைகள் எல்லோருமே நம் பள்ளியிலேயே அதிக மதிப்பெண்கள் பெற்று தேர்வில் வெற்றி பெற்றிருக்கிறீர்கள். வாழ்த்துக்கள்!" என்று பாராட்டுகிறார்.

அனைவரும் ஆனந்தக்கூத்தாடுகின்றனர். எல்லோருமாக சேர்ந்து அமெரிக்க அதிபர்கள் ராப் பாடலை பாடுகின்றனர். ரானின் மாணவர்களுக்கு நகரின் சிறந்த நடுநிலை, உயர்நிலைப் பள்ளிகளில் இடம் கிடைக்கிறது.

ஒரு சினிமாவைப்போல முடிவு இருந்தாலும் அமெரிக்காவின்சிறந்த ஆசிரியர்களுள் ஒருவரான ரான் கிளார்க் என்ற ஆசிரியரின் வாழ்க்கை நிகழ்வுகளை மையமாகக் கொண்டு தயாரிக்கப்பட்ட படம் இது.

ரான் தனக்கான பள்ளியை 2006ஆம் ஆண்டு அட்லாண்டாநகரில் தொடங்கினார். ரான்கிளார்க் அகாடமி என்ற அந்தப்பள்ளியில் சேர மாணவர்கள் அதிக ஆர்வம் காட்டுகின்றனர். கலைகளும் விளையாட்டும் தொழில்நுட்பமும் இணைந்த கலகலப்பான கல்விமுறை அங்கே பின்பற்றப்படுகிறது. யுடியூபில் ரானின் பள்ளி சார்ந்த பல ஒளிப்படங்களை காணலாம். ஆசிரியர்களுக்காக ரான் எழுதிய புத்தகங்களும் உலகப்புகழ் பெற்றவை.

இடையறாத முயற்சி மற்றும் அன்பின் மூலம் மாற்றங்களை ஏற்படுத்த முடியும் என்பதற்கு ரானின் கதையே சாட்சி.

இடையறாத முயற்சி மற்றும் அன்பின் மூலம் மாற்றங்களை ஏற்படுத்த முடியும் என்பதற்கு ரானின் கதையே சாட்சி.

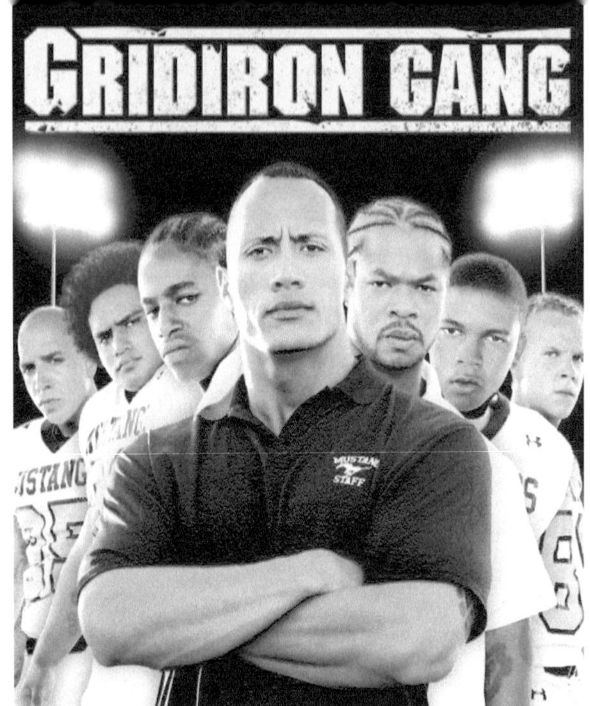

Gridiron Gang

(2006, English)

சென்ற மாதம் ஆசிரிய நண்பர் ஒருவர் ஓர் ஒலிப்பதிவை அனுப்பியிருந்தார். விளையாட்டு ஆசிரியை ஒருவரை மாணவியின் தாய் கடுமையாகத் திட்டுவதை ஒலிப்பதிவு செய்திருந்தார்கள். பத்தாம் வகுப்புப் படிக்கும் மாணவியின் தாய் அரையாண்டுத் தேர்வு முடிவுகளை அறியப்பள்ளிக்கு வந்திருக்கிறார். எப்போதும் விளையாட்டு விளையாட்டு என்று இருப்பதால் பாடத்தில் மதிப்பெண்கள் குறைத்துவருகிறது என்று வகுப்பாசிரியை சொல்லியிருக்கிறார். அதனால் கோபம் கொண்ட தாய், விளையாட்டு ஆசிரியையை வாய்க்கு வந்தபடியெல்லாம் திட்டுகிறார். இறுதியாக,

"இனிமேல என் புள்ளைய வெளையாடக் கூப்ட்டே, உன் கழுத்த அறுத்துடுவேண்டி" என்று கத்துகிறார் தாய்.

இதுபோன்ற காட்சிகளை உயர்நிலை, மேல்நிலைப் பள்ளிகளில் காண முடியும். படிப்பும் தேவை. படிப்பு மட்டுமே என்ன

செய்துவிடும்? என்பது குறித்த விரிவான கலந்துரையாடல்கள் ஏதும் இல்லை. அதிக மதிப்பெண் பெற்றால்தான் நல்ல படிப்பு, லட்சக்கணக்கில் சம்பளம் என்ற பகல் கனவில் நமது சமூகம் ஓடிக்கொண்டிருக்கிறது.

தேசிய, சர்வதேச விளையாட்டுகளின் போது,

'மெப்புல கண்டுபிடிக்க முடியாத நாடெல்லாம் ஒலிம்பிக்ல பதக்கம் வாங்குது. நம்ம நாடு.....வெட்கம்!' என்ற குரல்கள் நாடெங்கும் ஒலிக்கின்றன.

விளையாட்டு என்ன செய்துவிடும்? அதில் என்ன முக்கியத்துவம் இருக்கு? என்ற கேள்விகள் நம்மிடையே எழவில்லை. விளையாட்டில் ஆர்வம் காட்டும் சிலர் தம் பிள்ளை கிரிக்கெட் போன்ற விளையாட்டில் அதிகம் பணம் சம்பாதிக்கும் என்று கனவு காண்கின்றனர்.

'போன வருஷம் வரை நல்ல பிள்ளையா இருந்துச்சு. இப்போ திமிர் அதிகமாயிருச்சு!'

என்ற குரல் பெரும்பாலான ஒன்பதாம் வகுப்பு, பதினொன்றாம் வகுப்பு மானவரைப் பார்த்துக் கோபத்தோடு பல பள்ளிகளில் சொல்லப்படுகிறது. வளரிளம்பருவத்தில் மனதில் ஏற்படும் மாற்றங்களை நாம் கடந்து வந்திருந்தாலும் அதை மறந்துவிடுகிறோம்.

வளரிளம்பருவ மாணவரிடையே இருக்கும் அளப்பரிய ஆற்றல் மதிக்கப்படுவதே இல்லை. மதிப்பெண்களே முக்கியம் என்று எல்லா நேரமும் 'படி படி' என்ற குரலே அவர்களின் காதுகளுக்குள் ஒலித்துக்கொண்டே இருக்கிறது. எதற்கெடுத்தாலும் மனோதத்துவம் என்று பேசும் நாம்,

"கொஞ்ச வருஷம் கஷ்டப்பட்டுப் படி. அப்புறம் சந்தோஷமா இருக்கலாம்" என்று பிள்ளைகளை வருத்துகிறோம். நல்ல வேலைபார்த்தாலும் கைநிறையச் சம்பாதித்தாலும் நாம் சந்தோஷமாகவா இருக்கிறோம்?

இதுபோலப் பலசெய்திகள் குறித்து விவாதிக்க வேண்டியுள்ளது. சரி. தொடங்கிய செய்திக்கு வருவோம்.

வளரிளம்பருவத்தினர் அதிக அளவில் குற்றச்செயல்களில்

ஈடுபடுகின்றனர். அவர்களுள் சட்டத்தின் பிடியில் சிக்கியவர்கள் சிறார் நலக் குழுமத்திற்கு (மறுவாழ்வு மையம்) அனுப்பிவைக்கப்படுகின்றனர். தண்டனைக்காலம் முடித்து வெளியே செல்பவர்களில் 75% பேர் மீண்டும் குற்றச் செயல்களில் பிடிபட்டு வயதுக்கு ஏற்றபடி மறுவாழ்வு மையம் அல்லது சிறைச்சாலைக்குச் செல்கின்றனர். சிலர் வன்முறைகளில் கொல்லப்படுகின்றனர்.

அமெரிக்காவில் கலிபோர்னியா அருகில் உள்ள கில்பாட்ரிக் மறுவாழ்வு மையத்தில் பணிபுரியும் சீன் போர்ட்டர் இது குறித்து மிகவும் கவலை கொள்கிறார். இந்த இளைஞர்களை என்ன செய்யலாம்? இவர்களிடம் அளப்பரிய ஆற்றல் உள்ளது. சூழலும் தவறான பழக்கங்களுமே அவர்களை வன்முறையில் ஈடுபடச் செய்கிறது. அவர்களை எவ்வாறு மடைமாற்றம் செய்வது? என்று யோசிக்கிறார்.

சீன் போர்ட்டர், ரக்பி எனப்படும் கால்பந்து விளையாட்டில் தேர்ந்த வீரர். எனவே, மையத்திலிருக்கும் இளைஞர்களுக்கு ரக்பி விளையாட்டுப் பயிற்சி அளிக்கலாம் என முடிவு செய்கிறார். கடுமையான போராட்டத்திற்குப் பிறகு மேலிடத்தின் அனுமதி கிடைக்கிறது. பயிற்சியளிக்கிறார். ரக்பி அணிக்கு *Kilpatrick Mustangs* என்பது பெயர். தங்களது அணியின் திறமையைக் காட்ட வேண்டும் என்றால் போட்டிகளில் பங்குபெற வேண்டும். மறுவாழ்வு மையத்திலிருந்து வெளியே அழைத்துச் செல்வதற்கான அனுமதி பெறவும் தமது அணியோடு மற்றவர்களை விளையாடவைக்கவும் கடுமையான போராட்டங்களைச் சந்திக்கிறார். தொடர்ந்த முயற்சியால் அனுமதி கிடைக்கிறது.

தொடக்கத்தில் தோல்விகளைச் சந்தித்தாலும் *Kilpatrick Mustangs* வெற்றிகளை ஈட்டத் தொடங்குகிறது. விளையாட்டு வளரிளம்பருவத்தினரிடையே மாற்றங்களை ஏற்படுத்தியுள்ளதாக சீன் போர்ட்டர் கூறுகிறார்.

விளையாட்டு வீரர்களில் சிலர் படிப்பைத் தொடர்ந்தனர். சிலர் தொழில்களைக் கற்றனர். சிலர் விளையாட்டு அணிகளில் முக்கிய இடம்பெற்றனர். *15%*பேர் மீண்டும் குற்றச்செயல்களில் ஈடுபட்டு முகாம் திரும்பினர்.

விளையாட்டு நடத்தை மாற்றங்களைத் தரும் என்று நம்பிய சீன் போர்டர் தனது செயலில் வெற்றியும் பெற்றார். இந்த உண்மை நிகழ்வே 2006 ஆம் ஆண்டில் *Gridiron Gang* என்ற திரைப்படமாக எடுக்கப்பட்டது.

இப்படத்தில் விளையாட்டுப் பயிற்சியாளர் சீன் போர்ட்டராக நடித்திருப்பவர் ஆணழகரும், மல்யுத்த வீரரும், நடிகருமான *Dwayne Johnson* இவர் *The Rock* என்று செல்லமாக அழைக்கப்படுகிறார். பெரும்பாலான படங்கள் உடற்கட்டைக் காட்டி ரசிகர்களை ஈர்க்கும் அவர் இந்தப்படத்தில் தனது பாத்திரத்திற்கு ஏற்ப இயல்பாட நடிப்பால் பார்வையாளரை ஈர்க்கிறார்.

வளரிளம்பருவக் குழந்தைகளை மடைமாற்றம் செய்வதில் விளையாட்டிற்கு முக்கியப் பங்கு உண்டு என்பதற்குப் பல்வேறு உதாரணங்கள் உள்ளன. எப்போதுதான் குழந்தைகளின் தனித்திறன்களுக்கு மதிப்பு அளிக்கப்போகிறோம்?

Dead Poets Society

(1989, English)

பள்ளிப் பருவம் வாழ்வின் நாற்றாங்கால். ஆடம்பர வாழ்க்கைக்கான பணம் சம்பாதிக்கும் வேலைகளை அடையவே கல்வி என்று இன்றைய மாணவர்கள் பல வழிகளில் பெற்றோரால் அறிவுறுத்தப்படுகின்றனர்.

டாக்டர், பொறியாளர், கணிப்பொறி வல்லுநர் எனப் பெற்றோரின் ஆசை விளக்கில் தோன்றும் பூதங்களாகவே பிள்ளைகள் நடத்தப்படுகின்றனர். பணமே வாழ்க்கை என அனைவரும் ஓடிக்கொண்டிருக்கின்றனர். சிந்தனை வளர்ச்சி, மானுடப் பண்புகள் போன்றவை எழுத்தில் கூட இல்லாமல் குழி தோண்டிப் புதைக்கப்பட்டுள்ளன.

பள்ளிக்கூடங்களும் மாணவர்களை மனிதர்களாக நடத்தாமல் மதிப்பெண்களால் அளவிடுகின்றன. கல்விக்கூடங்களில் மானுடத்தைப் போதிக்கும் ஆசிரியர்கள் அருகி வருகின்றனர். அதிக அளவு மதிப்பெண் பெறும் மாணவர்களை உருவாக்கும் பள்ளியே

சிறந்த பள்ளியாகப் போற்றப்படுகிறது. தம் பிள்ளைகள் மதிப்பெண்களைக் குவிக்க என்ன விலை வேண்டுமானாலும் தரப் பெற்றோர்கள் தயாராக உள்ளனர். அதிக லாபம் தரும் வியாபாரமாகவே பெரும்பாலான கல்வி நிலையங்கள் நடத்தப்படுகின்றன.

புரிந்தாலும் புரியாவிட்டாலும் மனப்பாடம் செய்தே தீரவேண்டுமென ஆசிரியர்கள் சொல்லித்தருகின்றனர். வகுப்பறையில் பாடத்தை வாசிக்கும் இயந்திரமாகவே பெரும்பாலான ஆசிரியர்கள் இருக்கின்றனர். மாணவர்கள் என்ன நினைக்கிறார்கள் என்று யாருமே கவலைப்படுவதில்லை. அடக்குமுறைப் பள்ளிகளின் கல்விமுறை பற்றிய உலகப் படங்களில் முதன்மையானதாகக் கொண்டாடப்படுவது *Dead Poets Society.*

அமெரிக்காவின் புகழ்பெற்ற பள்ளிகளுள் ஒன்றான வெல்டன் அகாடமியின் கல்வியாண்டுத்தொடக்கம். *17* வயது வரையான மாணவர்கள் பயிலும் பள்ளி அது.

அறிவிற்கான ஒளி என்று பள்ளி முதல்வர் நீட்டும் மெழுகுவர்த்தியிலிருந்து மாணவர்கள் தங்களுடைய மெழுவர்த்தியை ஒளியேற்றிக் கொள்கின்றனர்.

பள்ளியின் பழம் பெருமை, கண்டிப்பு, சட்ட திட்டங்கள், நடைமுறைகள் குறித்து முதல்வர் உரையாற்றுகிறார்.

புதிய ஆங்கில ஆசிரியராக நமது பள்ளியின் முந்நாள் மாணவரான

ஜான்கீட்டிங் பணியாற்றுவார் என அறிமுகம் செய்து வைக்கிறார் பள்ளி முதல்வர்.

கூட்ட முடிவில் பெற்றோர்கள் முதல்வருக்கு வாழ்த்துக்களைத் தெரிவித்துவிட்டுத் தத்தம் பிள்ளைகளை விடுதியில் விட்டுச்செல்கின்றனர்.

மாணவர் விடுதியில் நீல் பெர்ரியும் டோட் ஆண்டர்சனும் ஒரே அறையைப் பகிர்ந்துகொள்கின்றனர். நீல் துடிப்பானவன். டாக்டர் ஆகவேண்டும் என அப்பாவால் கண்டிப்புடன் வளர்க்கப்படுபவன். டோட், கூச்ச சுபாவம் உள்ளவன். அவனது அண்ணனைப் போல

உயர்பதவி பெறவேண்டுமென அதே பள்ளியில் சேர்க்கப்பட்டவன்.

நீல் அறையில் மற்ற நண்பர்களும் கூடுகின்றனர். முதல்வரின் உரையைக் கிண்டல் செய்கின்றனர். பள்ளியின் பெயரை Hell-ton எனக் கேலி செய்து மகிழ்கின்றனர்.

மறுநாள் பள்ளி தொடங்குகிறது. ஆங்கில வகுப்பு. கீட்டிங் விசிலடித்தப்படி வகுப்பினுள் நுழைந்து மாணவர்களைக்கடந்து வெளியேறுகிறார். அனைவரும் ஆச்சரியமாக பார்த்தப்படி இருக்க வகுப்பினுள் எட்டிப்பார்த்து அனைவரையும் வெளியே அழைக்கிறார்.

வரவேற்பறையில் அனைவரையும் நிற்க வைத்து தன்னை அறிமுகம் செய்து கொள்கிறார். நீங்கள் என்னை மிஸ்டர் கீட்டிங் அல்லது 'ஓ கேப்டன் மை கேப்டன்' என அழைக்கலாம் என்கிறார். புகழ்பெற்ற அந்த வரியிலிருந்து கவிதை வகுப்பு தொடங்குகிறது.

"இந்த நாளைக் கைப்பற்றுங்கள். இந்தப் பள்ளியில் எத்தனையோ மாணவர்கள் பயின்றுள்ளனர். அனைவருக்கும் ஒரே கனவுதான். இந்த நாளைக் கைப்பற்றுங்கள்" என்று மாணவர்களுக்கு உற்சாகமூட்டுகிறார் கீட்டிங். கீட்டிங்கின் முதல் வகுப்பு அனைவருக்கும் ஆச்சரியத்தை ஏற்படுத்துகிறது. கோமாளித்தனம் என்றும் வித்தியாசமானது என்றும் பலவாறு மாணவர்கள் தங்களுக்குள் பேசிக்கொள்கின்றனர்.

மறுநாள் புத்தகத்தில் உள்ள 'கவிதையைப் புரிந்து கொள்வது எப்படி?' என்ற பாடத்தை வாசிக்கச் சொல்கிறார் கீட்டிங். கவிதையை அறிவியல் பூர்வமாக பலவிதமாக அளவிடுகிறது இந்தப் பாடம். கவிதையை அறிவியல் பூர்வமாக எப்படி அளவிட முடியும்? கவிதை என்பது உணர்வுப்பூர்வமானது. எனவே, தவறான பாடத்தை அனைவரும் கிழித்து விடுங்கள் என்கிறார். மாணவர்கள் மகிழ்ச்சியாக புத்தகத்தைக் கிழிக்கின்றனர்.

ஏன் நாம் கவிதையை எழுதவும், படிக்கவும் வேண்டும்? ஏனெனில், நாம் மனிதர்கள். மருத்துவம், சட்டம், பொறியியல் போன்றவை வாழ்வதற்கான பணத்தைத் தருபவை. கவிதை, அன்பு, காதல் போன்றவை நம்மை உயிர்ப்புடன் வைப்பவை. என்று கீட்டிங் சொல்வதோடு அன்றைய வகுப்பு நிறைவடைகிறது. மாணவர்கள் கீட்டிங்கை விரும்பத் தொடங்குகின்றனர்.

நீல், நூலகத்திலிருந்த பழைய பள்ளி மலரிலிருந்து தமது ஆசிரியரைப் பற்றிய குறிப்புகளை அறிகிறான். 'இறந்துபோன கவிஞர் குழு' என்ற பெயரில் ஒரு கவிஞர் குழுவை அமைத்தவர் என்பதை அனைவரிடமும் காட்டுகிறான். அந்தக் குழு பற்றி அறியும் ஆவலுடன் நண்பர்கள் அனைவரும் ஆசிரியரிடம் செல்கின்றனர்.

"பள்ளிக்கு அருகிலுள்ள ஏரிக்கு அப்பாலுள்ள குகையில் யாருக்கும் தெரியாமல் இரவுகளில் நண்பர்களுடன் சென்று கவிதைகள் வாசிப்போம். இது பள்ளி விதிகளுக்கு முரணானது. இருந்தாலும் கவிதைமேல் கொண்ட காதலால் அப்படிச் செய்தோம். இதை ரகசியமாக வைத்துக்கொள்ளுங்கள்." என்று கீட்டிங் கூறுகிறார்.

நீல், தனது நண்பர்களுடன் அன்றைய இரவே அந்தக் குகைக்குச் சென்று கவிதை வாசித்துத் திரும்புகிறான். அவ்வப்போது இது தொடர்கிறது.

மைதானத்தில் கால் பந்து உதைத்தபடி கவிதை சொல்வது, ஓசையுடன் நடந்து கொண்டே கவிதை சொல்வது, வகுப்பறையில் மேசைமேல் ஏறி நின்று வித்தியாசமான கோணத்தில் பார்ப்பது என கீட்டிங்கின் புதிய அணுகுமுறைகள் மாணவரிடையே ஆர்வத்தையும் மற்றவரிடையே பொறாமையையும் ஏற்படுத்துகின்றன.

'மிட் சம்மர் நைட் டிரீம்' என்ற நாடகத்தில் நடிக்கும் வாய்ப்பு நீலுக்கு கிடைக்கிறது. அப்பாவிடம் கேட்டால் அனுமதி கிடைக்காது என்று அவரின் கையெழுத்தை தானே போட்டு அனுமதிக்கடிதம் கொடுத்து நாடக ஒத்திகையில் ஈடுபடுகிறான். நாடகத்தில் மகன் நடிப்பதை எதிர்பாராத விதமாக அறிந்த தந்தை பள்ளிக்கு வந்து நீலைக் கண்டிக்கிறார். மருத்துவர் ஆவதே அவனது குறிக்கோளாக இருக்கவேண்டும் நாடகத்திலிருந்து விலக வேண்டுமென வலியுறுத்துகிறார். நீல் வழக்கம் போலத் தந்தையின் சொல்படிக் கேட்பதாக உறுதி கூறுகிறான்.

ஆனாலும் மனம் பொறுக்காமல் இரவில் கீட்டிங்கின் அறைக்குச் சென்று அவரது கருத்தைக் கேட்கிறான். "அப்பாவின் ஆசையை நிறைவேற்றுவது மகனின் கடமை. உனது ஆசைகளையும் அவரிடம் அன்பாக எடுத்துக் கூறி நடிக்க அனுமதி பெறுவதே நல்லது" என்று கீட்டிங் கூறுகிறார்.

அப்பாவிடம் பேசினாலும் அனுமதி கிடைக்காது என முடிவுசெய்து, அவருக்குத் தெரியாமல் நாடகத்தில் நடிக்கிறான் நீல். நாடக முடிவில் அனைவரும் அவன் நடிப்பைப் பாராட்டுகின்றனர். அவன் அப்பாவும் அரங்கிற்கு வந்திருக்கிறார். கோபமுடன் நீலைத் தன்னுடன் வீட்டிற்கு அழைத்துச் செல்கிறார். தனது வார்த்தைகளை அவன் மீறிவிட்டால் அந்தப் பள்ளியிலிருந்து அவனை ராணுவப் பள்ளியொன்றில் சேர்க்கவிருப்பதாகவும் கூறுகிறார்.

மனம் உடைந்த நீல், இரவில் அப்பாவின் துப்பாக்கியால் தற்கொலை செய்துகொள்கிறான்.

நீலின் பெற்றோரின் வேண்டுகோளின்படி வெல்டன் பள்ளி முதல்வர் நோலன், நீலின் நண்பர்களையும் பெற்றோரையும் அழைத்து மிரட்டி நீலின் தற்கொலைக்குக் காரணம் கீட்டிங்கின் கற்பித்தல் முறைகள்தான் என எழுதி வாங்குகிறார். டோட் முதலில் மறுத்தாலும் அனைவரின் வற்புறுத்தலின் பேரில் கையொப்பமிடுகிறான். அதனால் கீட்டிங் பள்ளியிலிருந்து நீக்கப்படுகிறார்.

மறுநாள் ஆங்கில வகுப்பு. பள்ளி முதல்வர் நோலன் மாணவர்களின் புத்தகத்தை எடுத்து 'கவிதையைப் புரிந்து கொள்வது எப்படி?' என்ற பாடத்தை வாசிக்கச் சொல்கிறார். கீட்டிங்கின் சொற்படி அந்தப்பாடத்தைக் கிழித்து விட்டதாக அனைவரும் கூறுகின்றனர்.

"அந்தப்பாடம் மிகச்சிறந்த அறிவியல் பூர்வமான அணுகுமுறை. இவ்வளவு நாள் நீங்கள் தவறாக வழி நடத்தப்பட்டு இருக்கிறீர்கள். இனி நான் உங்களுக்கு சொல்லித்தருகிறேன்." என்று தனது புத்தகத்தைக் கொடுத்து வாசிக்கச் சொல்கிறார் நோலன்.

அப்போது தனது உடைமைகளை எடுக்கவேண்டி அங்கு வருகிறார் கீட்டிங். அவரைப் பார்த்ததும் குற்ற உணர்வுடன் மாணவர்கள் அனைவரும் தலை குனிகின்றனர். பிறரின் வற்புறுத்தலின் பேரிலேயே தானும் கையெழுத்திட்டதாக கதறுகிறான் டோட். நோலன் அவனைக் கண்டிக்கிறார். விரைவில் வகுப்பைவிட்டு வெளியேறுமாறு கீட்டிங்கிடம் கூறுகிறார்.

முதல்வரின் சொல்லையும் மீறி தனது மேசைமேல் ஏறி நின்று 'ஓ கேப்டன் மை கேப்டன்' என்று கண்ணீருடன் அழைக்கிறான்

டோட். முதல்வர் கடுமையாகக் கண்டித்துச் சத்தமிட மற்ற சில மாணவர்களும் அதையே செய்கின்றனர். அமைதியாக வெளியேறுகிறார் கீட்டிங்.

மாற்றங்களை விரும்புபவர்கள் கடுமையான விளைவுகளைச் சந்திக்கத்தயாராகவும் இருக்கவேண்டும். எவ்வளவுதான் அடக்குமுறைகள் இருந்தாலும் கற்பித்தலில் ஆர்வமுள்ள ஆசிரியர்கள் தம் பணியைத் தொடருவார்கள். அவர்களிடமே மானுடத்தின் எதிர்காலம் ஆக்கம் பெறுகிறது.

Tom Schulman தனது பள்ளி வாழ்விலிருந்து எழுதிய கதையை *Peter Weir* இயக்கியுள்ளார். *1989*இல் எடுக்கப்பட்ட இப்படத்தில் *Robin Williams* ஆசிரியராக நடித்துள்ளார். பல்வேறு விருதுகளைக் குவித்த இப்படம் இன்றளவும் ஆசிரியர்களுக்கும் பெற்றோருக்கும் ஒரு பாடமாகவே விளங்கி வருகிறது.

Mr. Holland's Opus

(1995, English)

இளம் இசையமைப்பாளர் ஹாலண்ட், ஒரேகான் பள்ளியில் இசை ஆசிரியராக பணியில் சேர்கிறார். பாரம்பரிய இசையை கற்பதில் மாணவர்களுக்கு ஆர்வத்தை ஏற்படுத்த அவரால் இயலவில்லை. தொடர்ந்த முயற்சிகள் பலனளிக்கவில்லை என வருந்துகிறார். புதிய வழிமுறைகளை பயன்படுத்த விழைகிறார். மாணவர் விரும்பும் நவீன ராக் அண்ட் ரோல் இசை வடிவின் உதவியுடன் மரபு இசையை கற்பிக்கிறார். மாணவர்களுடனான நெருக்கம் அதிகரிக்கிறது.

ஹாலண்டுக்கு ஒரு மகன் பிறக்கிறான். சில மாதங்கள் கழித்து அவனுக்குக் காது கேட்கும் திறன் இல்லை என்பதை அறிந்து மிகவும் வருந்துகிறார். அவர் மனைவி, காதுகேளாதோருக்கான பள்ளியில் குழந்தையைச் சேர்க்கிறார்.

ஹாலண்ட் தனது வாழ்வின் சாதனையாக ஒரு சிம்பொனி இசைக்கோர்வையை உருவாக்கப் பாடுபடுகிறார். தனது மகனால்

இசையை ரசிக்க முடியவில்லையே என்ற வருத்தம் தொடர்கிறது.

பள்ளி நிர்வாகம் செலவைக்காரணம் காட்டி இசைவகுப்புகளை நிறுத்த முயலும்போதெல்லாம் நண்பர்களுடன் சேர்ந்து போராடி வெற்றிபெறுகிறார் ஹாலண்ட். இசைக்கருவிகளை இசைக்க சிரமப்படும் மாணவ மாணவியருக்கு தனியே அக்கறையுடன் கற்றுத்தருகிறார், வழிகாட்டுகிறார்.

பள்ளியிலேயே அதிக கவனம் செலுத்துவதால் குடும்பத்தின்மீது கவனம் இல்லை என்று மனைவி சொல்வதால் கோபம் கொள்கிறார். குடும்பத்தில் வாக்குவாதம் ஏற்படுகிறது. மகனும் அதையே சொல்கிறான். அதனால் கோபம் கொண்டு இசையின்முக்கியத்துவம் பற்றி உனக்கென்ன தெரியும்? என்று மகனைத்திட்டுகிறார்.

"அப்பா, நீங்கள் ரசிக்கும் அனைவரைப்பற்றியும் எனக்குத்தெரியும். எனக்கு காது கேட்காது என்பதால் இசையை ரசிக்க இயலாது என நினைக்காதீர்கள்!"

என்று சைகையால் கோபமாக அவனும் திட்டுகிறான். இவ்வளவு காலம் மகனைப்புரிந்துகொள்ளாமல் இருந்துவிட்டோமே என்று ஹாலண்ட் வருந்துகிறார். காது கேளாதோருக்காக சிறப்பு இசை நிகழ்ச்சியும் நடத்துகிறார்.

நிதிப்பற்றாக்குறை காரணமாக பள்ளியில் இசை வகுப்பு நிறுத்தப்படுகிறது. எனவே, கட்டாய ஓய்வு பெறுகிறார்.

ஓய்வு பெறும் நாள். தனது உடமைகளை எடுத்துக்கொண்டு மனைவி மற்றும் மகனுடன் பள்ளியின் இசை அறையைவிட்டு வெளியேறுகிறார் ஹாலண்ட். பள்ளி அமைதியாக இருக்கிறது. யாருமே இல்லை. மூவரும் மெதுவாக நடந்து செல்கின்றனர். பள்ளியின் கலையரங்கைக் கடக்கும்போது சலசலப்பு கேட்கிறது. என்ன சத்தம்? என்று பார்க்கும் ஆவலுடன் உள்ளே நுழைகிறார். அரங்குநிறைந்த மாணவமாணவியர்கூட்டம்அவரைவரவேற்கிறது. அதுநாள் வரை அவரிடம் பயின்ற மாணவர்கள் அங்கே குழுமியிருக்கின்றனர். அனைவரும் மகிழ்ச்சியுடன் ஆரவாரம் செய்கின்றனர்.

நெகிழ்ச்சியுடன் அரங்கின் முன்னே செல்கிறார் ஹாலண்ட். முன்வரிசையில் அமர்கிறார். அவரின் மனைவி மேடையேறி

அனைவருக்கும் நன்றி சொல்கிறார். அப்போது அந்த மாநிலத்தின் கவர்னராக இருக்கும் பெண்மணி வருகிறார். அவரும் அங்கே படித்தவர். மேடையேறி தனது நன்றியை ஆசிரியருக்கு அர்ப்பணிக்கிறார். மேலும், "எங்கள் ஆசிரியர் ஒரு சிம்பொனி இசைக்கோர்வையை உருவாக்கியுள்ளார். அவருக்காக முன்னாள் மாணவர்கள் அனைவரும் சேர்ந்து அதை இசைக்கப்போகிறோம். எங்கள் ஆசிரியர்தான் நிகழ்வை வழி நடத்த வேண்டும்" என்று அன்போடு ஆசிரியரை அழைக்கிறார்.

திரை விலகுகிறது.

மேடையில் பல்வேறு இசைக்கருவிகளுடன் பல்வேறு ஆண்டுகளில் ஹாலண்டிடம் பயின்ற மாணவர்கள். அவர்வழிநடத்த மாணவ, மாணவியர் இசைக்கத் தொடங்குகின்றனர். ஹாலண்டின் அற்புதமான இசைகோர்வை மனதையும் கண்களையும் நிறைக்கிறது.

ஆசிரியராக வெற்றியடைய ஹாலண்ட் எடுக்கும் முயற்சிகள், வளரிளம்பருவச் சிக்கலால் ஆசிரியர் மீது கொண்ட அன்பைக் காதலாக எண்ணிக்கொள்ளும் மாணவியிடம் அவளை உணரச்செய்யும் பாங்கு, குடும்பம் மற்றும் வேலைக்கிடையே ஏற்படும் போராட்டம், மகனைப்புரிந்து கொள்ளவிலையே என்ற வருத்தம், இசைஎன பல்வேறு களங்களில் பயணிக்கும் அற்புதமான படம்.

ஒரு இசை ஆசிரியரின் வாழ்க்கை சிம்பொனி, *1995* ஆண்டு வெளியான *Mr. Holland's Opus*.